ஃ புள்ளிகள்

ஃ புள்ளிகள்

ஐ. கிருத்திகா

எழுத்து
பிரசுரம்

Title: AK Pulligal
Author's Name: I. Kiruthiga

Published by Ezutthu Prachuram

Ezutthu Prachuram
(An imprint of Zero Degree Publishing)
No. 55(7), R Block, 6th Avenue,
Anna Nagar,
Chennai - 600 040

Website: www.zerodegreepublishing.com
E Mail id: zerodegreepublishing@gmail.com
Phone: 89250 61999

Ezutthu Prachuram First Edition: December 2023
ISBN: 978-93-95511-66-7
TITLE NO EP: 478

Cover Design & Layout: Vijayan, Creative Studio

என்னை வளர்த்த எனது அன்புப் பாட்டி திருமதி மீனாட்சி அவர்களுக்கு இந்தச் சிறுகதைத் தொகுப்பை சமர்ப்பிக்கிறேன்.

மனதில் அமரும் கதைகள்

வாசலில் வந்தமரும் காகத்தின் மீதூரும் வெயில்... இப்படியாக கதைகளை எழுத மிகுந்த விருப்பமாக உள்ளது. அது வளர்கிறது, வளர்ந்து கொண்டே போகிறது. ஒன்றை கவனித்ததை, ஒரு வலியை அனுபவித்ததை எழுதுவது எளிதில் கைகூடி விடுகிறது. பேனாவிலிருந்து எழுத்துகள் உருண்டோடி வெள்ளைத் தாளை நிரப்பி ஆசுவாசமடைகின்றன. அப்படியாக கதைகள் பிறக்கின்றன. என் மனதிற்கு நெருக்கமான கதைகள்... படிப்பவர்கள் மனதில் அமரும் கதைகள். என் பார்வையிலிருந்து தப்ப முடியாத மனிதர்கள் என் கதைகளின் மாந்தர்களாகி அங்கேயே நிரந்தரமாகத் தங்கிவிடுகிறார்கள். ஃ புள்ளியில் வரும் கீதா ஆன்ட்டி அதற்கு ஒரு உதாரணம்.

கதைகள் எழுத எவ்வளவு விருப்பமோ அதே அளவு வாசிப்பதிலும் விருப்பம் உள்ளது. ஒரு புத்தகமும், சில மழைத்துளிகளும் போதும் என்னை குதூகலப்படுத்த. கதைகளை வீட்டின் எந்த மூலையிலும் அமர்ந்து என்னை மறந்து வாசிப்பேன். அதனால்தான் என்னால் ஓரளவு எழுதவும் முடிகிறது என்று தோன்றுகிறது. இந்தத் தொகுப்பில் உள்ள 10 சிறுகதைகளும் இணைய மற்றும் அச்சு இதழ்களில் வெளிவந்தவை. இத்தொகுப்பை சிறப்பாக வடிவமைத்துத் தந்திருக்கும் எழுத்து பிரசுரத்திற்கு என் நெஞ்சார்ந்த நன்றிகள்.

- ஐ.கிருத்திகா

பொருளடக்கம்

நன்றி

தமிழ்வெளி, அகநாழிகை, தமிழினி, புரவி, ஓலைச்சுவடி, வல்லினம், இருவாட்சி இலக்கியத் துறைமுகம், கனலி.

பிரவாகம்

அருகருகே இரண்டு நட்சத்திரங்களைக் கண்டபோது எம்.எஸ். சுப்புலட்சுமியின் இரண்டு வைர மூக்குத்திகள் ஞாபகத்துக்கு வந்தன. சமீபத்தில் யாரோ பாடலின் லிங்க்கை வாட்ஸாப் குரூப்பில் அனுப்பியிருந்தார்கள்.

'குறையொன்றுமில்லை மறைமூர்த்தி கண்ணா...'

அவர் பாடப் பாட இரண்டு புறங்களிலும் மூக்குத்திகள் ஒளியைக் கொட்டின. ஒளி கொட்டுமா என்ன... என்னவோ அப்படித்தான் அவளுக்கு நினைக்கத் தோன்றிற்று. பாட்டிலிருந்து சிந்தனை மூக்குத்திகளுக்குத் தாவியது. மனம், இடமும் வலமும் மாறி மாறி, மூக்குத்திகளின் மேல் அமர்ந்தது. சட்டென அதிலிருந்து மீண்டு வந்தபோது ஒரு நட்சத்திரம் காணாமல் போயிருந்தது.

"தூங்க வரலியா...?"

பிரசன்னா எட்டிப் பார்த்துக் கேட்டான். பால்கனியின் கைப்பிடிச் சுவரில் இரண்டு கைகளையும் அகல விரித்துப் பதித்திருந்தவள் முகம் திருப்பாமல் தலையசைத்தாள்.

"மணி பத்தாவப் போவுது. வரலாம்ல..."

அவனுடைய எதிர்பார்ப்பு சலிப்பைத் தர ப்ச்... என்றாள்.

பார்த்துப் பார்த்து வாங்கி மாட்டிய ஓவியம் பிடிக்காமல் போனது. பத்திலிருந்து ஐந்தை சலித்தெடுத்து அதிலிருந்து மூன்று தேர்வு செய்து மூன்றையும் அலசி ஆராய்ந்து ஒன்றை வாங்கியபோது கடைக்காரர் அசந்துபோனார். அந்த ஓவியம் முகத்திலறைந்துவிட்டது.

“வந்து படு...”

பிரசன்னா எரிச்சலோடு சற்றுத் தள்ளிப் படுத்துக்கொண்டான்.

“உப்பு ஜாடி உடைஞ்சு போச்சு. நாளைக்கு வாங்கிட்டு வர்றீங்களா....?” அவனுக்கு முதுகு காட்டிப் படுத்தபடி கேட்டாள்.

முதுகின் மச்சங்கள் அவன் நினைவுக்கு வந்தன.

“ஏயப்பா... நாலஞ்சு மச்சம்...”

முதன்முறை பார்த்தபோது பரவசத்தில் வருடி வருடி முத்தம் கொடுத்தான்.

“நீயே வந்து வாங்கிக்க. அப்புறம் இது சரியில்ல, அது சரியில்லன்னு குறை சொல்லுவ.”

அவள் கண்களை இறுக மூடிக்கொண்டாள். எங்கே கைபோட்டு விடுவானோ என்று பயமாயிருந்தது. திகில் படம் பார்ப்பது போன்ற பயம். இருட்டில் சட்டெனக் கை போட்டால் ஏற்கெனவே இருக்கும் படபடப்பில் மனம் விதிர்விதிர்த்துவிடும்.

“தலைய வலிக்குது.”

மெதுவாக முனகினாள். பிறகு அந்த வேலிக்குள் நிம்மதியாக உறங்கிப்போனாள்.

தொலைந்து போய்விட வேண்டும்.

‘நீ தீபாதானே...?’ என்று யாரும் கேட்டுவிடக்கூடாது.

‘உன்னை எங்கயோ பாத்த மாதிரி இருக்கே...’ என்கிற புருவச் சுருங்கல் கூட ஒவ்வாது.

‘தொலைதல் என்பது பெருங்கூட்டத்தில் தொலைந்து

போவதல்ல. அடையாளங்களைத் தொலைத்தல். அடுத்தவர் மனதில் பதிந்துள்ள அடையாளங்கள் மட்டுமா... எனக்கே எனக்கான என் அந்தரங்க அடையாளங்களையும் தொலைத்து விட்டால் நன்றாக இருக்கும்.'

என்னென்னவோ தோன்றிற்று. கொஞ்ச நாட்களாக இப்படித்தான் சம்பந்தா சம்பந்தமில்லாமல் ஏதேதோ எண்ணங்கள். எதுவுமே பிடிக்கவில்லை. இளஞ்சூரியனின் கதிர்கள் ஜன்னல் வழியே உள்நுழைந்து கேஸ் ஸ்டவ்வின் மீது படர்ந்து கிடக்கும். இரவு துடைத்த சமையல் மேடை பளிச்சென்று இருக்கும். கிரானைட் கல் பதித்த மேடை. முன்பெல்லாம் தீபா அந்தச் சுத்தத்தை ரசித்தபடி பத்து வினாடிகள் நின்றிருப்பாள். இப்போது இதிலென்ன இருக்கு என்பது போலுள்ளது. ஒருநாள் பால் கவரைக் கத்தரித்து, சின்னச் சின்னத் துளிகளை மேடையில் சிந்தினாள். அயர்ச்சியாக இருந்தது. சிந்திய துளிகளை விரலால் நீள் கோடுகளாக நீட்டி இணைத்துவிட்டாள்.

“அம்மா பால்...”

நவீன் பின்னாலிருந்து குரல் கொடுத்தபோது திடுக்கிட்டுப் போனாள்.

“எனக்கும்...”

ஹாலிலிருந்து ஸ்ருதி கத்தினாள்.

பால் காய்ச்சி, ஆகாரம் தயாரித்து, சமையலறை சுத்தம் செய்து, வீட்டைத் திருத்தி மீண்டும் அடுத்த நாள் ஒன்றிலிருந்து ஆரம்பித்து ஒவ்வொன்றாக முடித்து... வெறுப்பாயிருந்தது. பதினேழு வருடங்கள் செய்ததையே திரும்பத் திரும்பச் செய்திருக்கிறோம் என்றெண்ணி அவள் தலையில் தட்டிக் கொண்டாள். துடைக்கத் துடைக்கப் படிகின்ற அழுக்கை, தின்று செரித்துக் கழிக்கின்ற மலத்தை எண்ணி சத்தம்போட்டுச் சிரிக்கத் தோணியது. வீட்டில் சமையலறையும் கழிவறையும் வைத்த மனிதனின் புத்திசாலித்தனத்தை மெச்சிக்கொள்ள வேண்டும் போலிருந்தது.

'வயிறு பசிக்குதே...?'

மனம் கேட்க,

'அதான் ரெண்டு அறைக்குமான பாலம்...'

வாய்பொத்திச் சிரித்தாள்.

"எதுக்குச் சிரிக்கிற....?"

பிரசன்னா விழிகளைக் கூர்மையாக்கிக் கேட்டான்.

"நான் எங்க சிரிச்சேன். ஏப்பம் வந்துச்சு."

வாயில் வந்ததைச் சொன்னாள். அவன் நம்பாமல் பார்த்துவிட்டுச் சென்றான்.

நான்கு பேர்களுக்கான வீட்டில் தீபா மட்டும் தனித்திருந்தாள். வெயில் ஏறத் தொடங்கியிருந்தது. ஜன்னல் வழியே வந்த வெயில் ஒரு சாய்வுத்தம்பம் போல சோஃபாவில் விழுந்து கிடந்தது. அதில் தூசுகளும் மாசுகளும் மிதந்தன. சோஃபாவை ஓங்கித் தட்டினாள். தூசுகள் தெறித்துப் பறந்தன.

"கொத்தமல்லித்தழை இருக்கா...?"

பக்கத்துவீட்டு கமலி கிரில் கேட்டில் தொங்கியபடி கேட்டாள்.

"உள்ள வாங்க..."

தீபா கையசைத்துக் கூப்பிட்டாள்.

"போட்டது போட்டபடி கெடக்கு. இன்னும் குளிக்கக் கூட இல்ல. கொத்தமல்லி இருந்தா நாலு கொத்துக் குடு."

நீட்டியபோது படாமல் வாங்கிக்கொண்டாள். புடவைக் கொசுவத்தை ஏனோதானோவென்று செருகியிருந்தாள்.

தீபா, பிரசன்னாவை நினைத்துக்கொண்டாள். எதிர்பார்த்துக் கிடந்தவனை ஏமாற்றிவிட்ட மகிழ்ச்சி ஒரு சிறு ஒளி போல் உள்ளே சுடர் விட்டது. ஒரு நொடிதான். இன்றைய இரவை எண்ணிய மாத்திரத்தில் சுடர் அவிந்துபோனது. அவன் எப்படியாவது இணங்க வைத்து விடுவான். சும்மாதான் எதுவும் பண்ண மாட்டேன் என்பான். தீபா கண்களை

இறுக மூடிக்கொள்வாள். முன்பு எங்கெல்லாம் மர்மங்கள் ஒளிந்துகிடந்தனவோ இப்போது அங்கெல்லாம் எதுவும் இல்லை. அல்லது பழகின ஸ்பரிசம் அதை மரத்துப்போகச் செய்திருந்தது. சும்மாவே போர்த்திக்கொண்டு தூங்குவது கூட சற்று ஆறுதலாயிருக்கும் என்று நினைத்துக்கொண்டாள்.

தீபா கொடியில் துணிகளை உலர்த்தினாள். மறக்காமல் ஒவ்வொன்றுக்கும் கிளிப் சொருகினாள். இல்லாவிட்டால் பறந்து கீழ்த்தளத்தில் விழுந்துவிடும். போய் பொறுக்க வேண்டும். கார் பார்க்கிங் வெறிச்சோடியிருக்கும். சிறுபிள்ளைகளின் சைக்கிள்கள் ஒன்றன் மேல் ஒன்றாக சாய்ந்து கிடக்கும். வாட்ச்மேன் கொட்டாவி விட்டுத் தூங்கி வழிந்தபடி அமர்ந்திருப்பார். ஒருமுறை கீழே விழுந்துவிட்ட துணியை எடுக்கப் போனபோது வாட்ச்மேன் இல்லை. அரவமற்ற தனிமையில் ஒரு நிமிடம் நின்றிருப்பது கூட மனசுக்கு சொரேரென்றிருந்தது. எப்போதும் கேட் அருகில் படுத்திருக்கும் நாய் கூட இல்லை. அவசரமாய் லிஃப்டை இயக்கி மேலே வந்துவிட்டாள்.

குளித்து, தலைவாரி நாலு இட்லிகளை சட்னியில் நனைத்து விழுங்கி காலை நேர வேலைகளை முடித்தாகிவிட்டது. இனி மதியஉணவு வரை வேலைகள் இல்லை. வீடு துப்புரவாயிருந்தது. தீபா சோஃபாவில் சரிந்து அமர்ந்து கண்களை மூடிக்கொண்டாள்.

முப்பதின் பிற்பாதியில் மெல்ல மெல்ல ஏற்பட்ட சலிப்பு சமீபகாலமாக எதிலும் ஒட்டாத விலகல் தன்மையைப் புகுத்தி விட்டிருந்தது. முன்பு பிடித்தது இப்போது பிடிக்கவில்லை. பொருள் என்றில்லை. செயலும் கூட. நிறைவு வந்து விலகி நின்றால் பரவாயில்லை. கசந்து விலகுதல் பெரும் அவஸ்தையாய் இருந்தது.

“பாட்டெல்லாம் பாடுவ.... இப்ப வாயைத் தொறக்க மாட்டேங்கற...”

பிரசன்னா சீண்டினான். வேலை செய்யப் பாட்டு வேண்டும் அவளுக்கு. சமையலறையின் மூலைத்திட்டில் ஒரு டிரான்சிஸ்டர்

வைத்திருப்பாள். அது சதா பாடிக்கொண்டே இருக்கும். தீபா அதற்கு இணையாகப் பாடுவாள்.

“உனக்குத் தெரியாத பாட்டே இல்லையாம்மா...?”

ஸ்ருதி ஆச்சர்யமாகக் கேட்பாள். ஒன்றிரண்டு வார்த்தைகள் தெரியாதுதான். அவளே ராகம் இழுத்துப் பாடிவிடுவாள். சமீப காலமாக ரேடியோ ஊமையாய்க் கிடந்தது.

அடுத்தாற்போலிருந்த சைட்டில் ஏராளமான செடிகள். ஒரேயொரு மரம் முதல்மாடி வரை உயர்ந்திருந்தது. அதில் எப்போதும் குருவிகளின் சலசலப்பு கேட்டுக்கொண்டேயிருக்கும். ஒரு குருவி புடிச்சேன், புடிச்சேன் என்று கத்தும். இப்போதும் அது புடிச்சேன் புடிச்சேன் என்று மந்திர உச்சாடனம் செய்து கொண்டிருந்தது. அது தவிர புறாக்கள் காய்ச்சல் கண்ட குழந்தை கணக்காய் அனத்தியபடி இருக்கும். எல்லாமே சலிப்புதான். புதிதாய் மனம் எதை எதிர்பார்க்கிறது. அவளுக்குப் புரியவில்லை.

‘உறவுகளா... சூழ்நிலையா... அல்லது இரண்டுமா? முதலில் புதிது என்பது என்ன.... உலகத்தில் எல்லாமே பழசுதானே. புதிதாய் உள்ள எதுவும் அடுத்த நொடி பழசாகிவிடுகிறதே.’

குழப்பமாய் இருந்தது.

தீபாவுக்கு ஆரம்பத்திலிருந்தே டிவி பார்க்கும் பழக்கமில்லை.

“அந்த சீரியல் நல்லாருக்கு. பாரேன்” அம்மா ஏதேதோ பெயர் சொன்னாள். அவள் பிடிவாதமாய் மறுத்துவிட்டாள்.

புத்தகம் படிக்கப் பிடிக்கும். வாரப் பத்திரிகைகள் வந்து கிடக்கும். எடுத்து சிறிதுநேரம் புரட்டுவாள். சில சமயம் மூழ்கிப் போவதும் உண்டு. இப்போது அதுவும் பிடிக்கவில்லை.

அன்றிரவு பிரசன்னா காரியம் சாதித்துக்கொண்டான்.

‘சரி வந்து தொலை’ என்றது மனசு. கண்கள் மூடிக்கொண்டாலும் இமைகள் படபடத்தபடியிருந்தன.

“வர வர உனக்கு ஈடுபாடேயில்ல” என்றான் பிரசன்னா.

“அது தெரிஞ்சதுதானே...” முனகினாள்.

ஸ்ருதியும் நவீனும் மூன்று வருட இடைவெளியில் பிறந்தவர்கள். அப்போதெல்லாம் தீபாவுக்கு முதுகில் இரண்டு சிறகுகள் முளைத்திருந்தன. காலை ஐந்து மணிக்கு எழுந்து கொள்பவளுக்குச் சிறகுகள் அசைந்தபடியிருக்கும். பிள்ளைத் துணிகளை ஊறவைத்து கசக்கி டெட்டால் ஊற்றிய கொதிநீரில் சிறிது நேரம் போட்டு எடுத்துக் காய வைத்துப் படியப் படிய மடித்து அலமாரியில் அடுக்குவாள். நேரத்திற்கு உணவும் நீரும் ஜூசும் கொடுப்பாள். புரிகிறதாய் நினைத்துக்கொண்டு கதைகள் சொல்வாள்.

அம்மா ஒரு கொத்து அச்சுப்பொட்டு வாங்கித் தந்திருந்தாள். ஸ்டார், திலகம், மாங்காய், பட்டர்ஃபிளை, மயில் என்று விதவிதமான அச்சுகள். குளிக்கப்படுத்திய பிறகு வெள்ளை மஸ்லின் துணியில் போர்த்தி நெஞ்சோடு அணைத்துத் தூக்கி வந்து கொஞ்சி, குலாவி பொட்டு வைக்கும் படலம் ஆரம்பிக்கும். குழந்தையின் கைகளைப் பிடித்துக்கொண்டு விளையாட்டுக் காட்டியபடியே அச்சை மையில் அழுத்தி நெற்றியில் வைக்க வேண்டும். அது பெரிய ப்ராசஸ்.

“செல்லத்துக்கு இன்னிக்கு மயில் பொட்டு வைப்போமா, மாங்கா வைப்போமா...?”

தலையை ஆட்டி ராகமாய் கேட்டால், குழந்தை கால்களை மடியில் உந்தி சிரிக்கும். நவீனுக்கும் ஒரு வயது வரை அலங்காரம் நடந்தது. குழந்தைகள் வளர வளர அவளும் அம்மாவாக வளர்ந்துகொண்டிருந்தாள். குழந்தை வளர்ப்பதென்பது சவாலாக இருந்தது. நேரத்தை முழு மொத்தமாக அவர்களுக்கே கொடுத்ததில் வருடங்கள் போனது தெரியவில்லை.

பிள்ளைகள் பின்னால் ஓட்டமாய் ஓடிக்கொண்டிருந்தவள் ஒரு குறிப்பிட்ட காலத்துக்குப் பிறகு அப்படியே நின்று போனாள். பிள்ளைகள் தனித்தியங்கத் தொடங்கிய அந்தப் புள்ளியில் அவள் தேங்கிவிட்டதை உணர்ந்தபோது மெல்லிய இழைபோல சலிப்பு படரத் துவங்கியது. இழை பல பிரிகளாகி

ஒன்றோடொன்று பிணைந்து வலை போல் அவளைச் சூழ்ந்துகொண்டன.

“இங்க வந்து நாலுநாள் தங்கிட்டுப் போகலாம்ல.”

அம்மா குறைபட்டுக் கொண்டாள்.

கையில் கனக்கும் பையா... இறக்கி வைத்துவிட்டு வர. அருபத்திற்கு ஆயிரம் எண்ணங்கள். கைக்குழந்தை போல அத்தனையையும் விட்டு விட்டு வர முடியாது. எல்லாம் கோவென்று கதறி அழும். கூடவே ஓடிவரும். இல்லாத ஒன்றில் அடித்துப் பிடித்து ஏறிக்கொள்ளும். அங்கு வந்து துன்புறுத்தும். ஒன்றோடொன்று கலந்து கூடி கும்மாளம் அடிப்பதில் எதனாலென்று பகுத்துணர முடியாத வேதனை வந்து அழுத்தும். காலிங்பெல் அடித்தது. எழுந்து போய்த் திறந்தாள்.

“லெட்டர் வந்திருக்கும்மா...”

வாட்ச்மேன் நான்கைந்து தபால்களைக் கொடுத்துவிட்டுப் போனார். இன்சூரன்ஸ் தபால்கள். எப்போதும் வருவதுதான். பிள்ளைகள் படிப்புக்கும், எதிர்காலத்துக்கும் பிரசன்னா சில ஏற்பாடுகளைச் செய்திருந்தான். அதில் ஒரு குறையும் இல்லை. எதில்தான் குறைச்சல்... உண்ண, உடுத்திக்கொள்ள பஞ்சமில்லை. குடும்பமாக வெளியில் செல்ல காரும், தனித்துச் செல்ல இரண்டு வண்டிகளும் ஏகபோகம். சொந்த ஃப்ளாட் ஒரு பெருமை.

தீபா தபால்களை டீப்பாயில் போட்டாள். நடுவிலிருந்த அந்த உத்திரகிரியைப் பத்திரிகை கறுப்பு முனையுடன் எட்டிப் பார்த்தது. அதை மட்டும் கையிலெடுத்தாள். யாரென்றே தெரியாத ராமசாமி போட்டோவில் சிரித்துக்கொண்டிருந்தார். சமீபத்தில் தூரத்து உறவில் கூட அப்படி ஒருவர் இறந்ததாக ஞாபகம் இல்லை. திருப்பிப் பார்த்தாள். தவறுதலாக இவள் வீட்டு நம்பரைப் போட்டிருந்தார்கள். பெயர் தனபால் என்று ஆங்கிலத்தில் எழுதப்பட்டிருந்தது.

பக்கத்து வீட்டுக்காரருக்குக் கொடுக்க வேண்டியதை வீட்டு நம்பரை வைத்து வாட்ச்மேன் இங்கே தந்துவிட்டுப் போயிருந்தார். தீபா பத்திரிகையை ஒருமுறை நிதானமாகப் படித்தாள். ஐம்பதுகளில் பிறந்திருக்கிறார். எழுபது வயதில் இறந்துவிட்டார்.

'அகால மரணமோ, அமைதியான மரணமோ... தன் இருப்பை காலி செய்துகொண்டு போய்விட்டார். உறவுகள் அழுதார்களோ, பேர் பண்ணினார்களோ... பாவம் ராமசாமி...'

தனபாலின் ஜாடை தெரிகிறதா என்று உற்றுப் பார்த்தாள். பின் தன் பைத்தியக்காரத்தனத்தை எண்ணித் தலையிலடித்துக் கொண்டாள். கறுப்பு, வெள்ளைப் படத்தில் முகம் என்று ஒன்று தெரிந்தது. புள்ளிகளின் கோர்ப்பாக அது இருந்தது. இரண்டு நிமிடங்கள் வரை அதையே பார்த்துக்கொண்டிருந்தவளுக்கு உள்ளுடைந்து பெருகியதில் கண்கள் தளும்பி வழிந்தன. கதவு சாத்தப்பட்டிருப்பதை உறுதி செய்துகொண்டவள் நன்றாக செருமி, செருமி அழ ஆரம்பித்தாள்.

★★★

ஃ புள்ளிகள்

அலுமினிய இட்லிப் பானையில் இட்லி வெந்துகொண்டிருந்தது. மூடியின் உதடு ஆங்காங்கே நசுங்கிப்போன இட்லிப் பானை. கீழே மூன்று, மேலே நான்கு குழிகள். கீதா மூன்று சாப்பிடுவாள். திலகனுக்கு நான்கு. இன்னொரு ஈடு ஊற்றினால் பரிமளத்துக்கும், ரோஸ்மேரிக்கும் சரியாக இருக்கும். கொத்தமல்லிச் சட்னி கொஞ்சம் நிறம் மாறி கறுப்பு கூடியிருந்தது.

“இட்லிப் பானைய மாத்துங்களேம்மா. ரொம்ப நசுங்கிப்போயி கெடக்கு.”

கழுவும்போதெல்லாம் ரோஸ்மேரி சொல்வாள்.

“ஆமாமா... மாத்தணும்.”

கீதா மெதுவாய் முனகுவாள். இருபது வருடங்களுக்கு முன் வாங்கியது. எளிதில் தூக்கிப் போட்டுவிட மனம் வரவில்லை. அவள் வாயை அடைப்பதற்காகத் தலையசைப்பது தொடர்ந்தது.

“போன மாசம் மங்கள் அண்ட் மங்கள்ல இட்லிப்பானை எடுத்தேன். ஆயிரத்தைந்நூறு ரூபா. நல்லா அழுத்தமா கெழங்காட்டம் இருக்கு.”

“எவர்சில்வரா...?”

“அலுமினியம் கெடுதல்ங்குறாங்களே.”

கீதா ஈரக்கைகளை இருபக்கமும் துடைத்துக்கொண்டாள். சுடிதார் விளிம்புகள் பழுப்பேறியிருந்தன. நான்கு டவல்களிருந்தும் கைகளைத் தொங்கவிட்டவாக்கில் துடைத்துக்கொள்வது ஒரு சவுகரியம். கொத்தமல்லிச் சட்னியை ஸ்பூனால் கிளறிவிட்டதும் இயல்பு நிறம் மீண்டிருந்தது.

“திலக் வர்றீங்களா....?”

திலகன் வாசித்துக்கொண்டிருந்த புத்தகத்தில் அடையாளம் வைத்துவிட்டு எழுந்தார். ஜன்னல் திரைச்சீலையை உசுப்பி காற்று குளிர்ந்து வீசியது. மார்கழிக் காற்று. கொஞ்சநேரம் கழித்துச் சிறுதுளியளவு வெயில் உள்விழும். அப்போது நாற்காலியை நகர்த்திப் போட்டு அங்கு அமர்ந்துகொள்வார். ஆறுமாதமாகியும் பெயிண்ட் வாசம் போகவில்லை. முதன்முறை வீடு பார்க்க வந்தபோது கிரகப்பிரவேச வாசமே தூக்கலாயிருந்தது. காய்ந்த பூக்களின் மணமும், ஹோமத்தின் தெய்வீக மணமும் ஒருவித இதமான சூழலை உண்டாக்கின.

“வயசாயிடுச்சு, தனிவீடு வேண்டாம். ஃப்ளாட்டுக்குப் போயிடலாம்” என்றாள் கீதா. அப்படி வாய்த்தது. மூன்றே பேர் என்றதும் உரிமையாளர் ஓகே சொல்லிவிட்டார். பெரிய தேக்கு மரத்திலான டெலிபோன் மேஜை, பூ வேலைப்பாடுகளுடன் கூடிய முக்காலிகள், கண்ணாடி விரிப்புடன் கூடிய டீப்பாய், ரோஸ்வுட் ட்ரெஸ்ஸிங்டேபிள் எல்லாம் வீட்டை நிறைத்தன. எதைத்தான் விடமுடிந்தது. பழசு பொக்கிஷமென்று அள்ளிக் கட்டிக்கொண்டு வந்தாயிற்று. அத்தனையையும் இடம் பார்த்து வைக்கவே பல நாட்கள் பிடித்தன.

“மியூசியம் மாதிரி இருக்கு உங்க வீடு...” என்று பக்கத்துவீட்டு நந்தினி வந்து எட்டிப் பார்த்த ஒரு நிமிடத்தில் சொல்லிவிட்டுப் போனாள். இரண்டுபேர் மட்டுமே அமர்ந்து சாப்பிடத் தோதாய் நறுக்கி வைத்த மாதிரி சதுர டேபிள். அதில் மூவர் சாப்பிட்டனர்.

“மேரி இன்னிக்கு வருவாளா...?”

பரிமளம் கவலையோடு கேட்டாள். அவள் வராத நாட்களில் கீதா ஆசு, ஊசென்று வேலை செய்வாள். பங்குபோட்டுக்கொள்ள பரிமளத்தின் உடம்பு ஒத்துழைப்பதில்லை. அன்றைய உணவு மேஜையில் குற்றவுணர்ச்சியோடு உண்பாள். இரண்டு கவளங்களைக் குறைத்துக்கொள்வாள். கொஞ்சம் ஆசுவாசமாயிருக்கும்.

“எண்பதுக்கு சின்னதா ஒரு கெட்டுகெதர் வைக்கலாம்” என்று கீதா சொன்னபோது மறுத்துவிட்டாள்.

“என்ன பிடிவாதம்மா ஒனக்கு. அவ ஆசைப்படறா. ஒத்துக்கயேன்.”

திலகன் அறைக்குள் வந்து அருகிலமர்ந்து கையைப் பற்றிச் சொன்னபோதும் கூட பரிமளம் தலையசைக்கவில்லை.

“அவளுக்கு அடுத்தமாசம் அறுபது நெறையுது. அதை கிராண்டா கொண்டாடலாம். என் வயசுக்கு இதெல்லாம் எதுக்கு.”

இதே உறுதிதான். படுக்கையில் முள் இருந்து உறுத்திற்று. சில, பல கலர் மாத்திரைகள் டப்பாவுக்குள் அடைபட்டு தலைமாட்டுக்கருகிலேயே இருந்தன. இருபது வருடங்களாக அவை பரிமளத்துடன் தொடர்பிலுள்ளன. அவளுடைய புழங்குவெளி அந்த வீட்டின் மிகக் குறைந்த சதுர அடிகளுக்குள்ளேயே முடங்கிப்போயிருந்தது.

“சட்னி நல்லாயிருக்கு.”

திலகன் மேலே இரண்டு ஸ்பூன் எண்ணெய் விட்டுக்கொண்டார்.

தேங்காய்த்துருவல் தீர்ந்துவிட்டிருந்தது. மேரியிடம் தேங்காய் உடைக்கச் சொல்லித் துருவி வாங்கி வைத்துக்கொள்ள வேண்டுமென்று கீதா நினைத்துக்கொண்டாள். அதற்கும் சேர்த்துதான் சம்பளம் பேசியிருக்கிறாள். வாரத்துக்கு இரண்டு தேங்காய்கள் துருவித்தருவாள். அதை டப்பாவில் நிறைத்து ஃப்ரீஸரில் போட்டுவிடுவாள். சமைப்பதற்குச் சற்று முன்பாக வெளியில் எடுத்து வைத்துக்கொள்ளவேண்டும். கீதாவால் கீழே

உட்காரமுடியாது. முழங்கால் வலி. நின்றபடியே துருவவும் வாகு இல்லை. மூச்சிரைக்கும். விடாமல் துருவும்போது இதயம் படபடத்து வியர்த்துவிடும். மேரி அனாயாசமாக துருவுவாள். கீதா ஓரக்கண்ணால் ஆசையாக பார்ப்பாள்.

“என்னம்மா கேட்டீங்க...?”

“மேரி வருவாளா... இன்னிக்குப் புனிதவெள்ளியாச்சே...”

“வரலேன்னா சொல்லியிருப்பாளே. வந்துடுவா...”

அமாவாசை, கார்த்திகை, பவுர்ணமி, ராகுகாலம், எமகண்டம், அஷ்டமி, நவமி எல்லாம் பரிமளம்தான் சொல்வாள். அவள் அறையில் காலண்டர் மாட்டியிருக்கும். புதுவருட காலண்டர் வரும்போது தனக்கென்று ஒன்றை திலகனிடம் சொல்லி வாங்கி வைத்துக்கொள்வாள்.

கீதா அறைக்குள் வந்தபோது திலகன் ஈஸிசேரில் அயர்ந்திருந்தார். ஒரு கை தலைக்குமேலே சென்று மடங்கியிருந்தது. இன்னொரு கை மார்பின் மீதிருந்தது. பத்து மணிக்குத் தன்னையுமறியாமல் கண்கள் சொருகிவிடும். மதியவுணவுக்குப் பிறகான தூக்கமும் உண்டு. ரிடையரானபிறகு தூக்கம்தான் அவருக்குச் சிறந்த பொழுதுபோக்கு. புத்தகம் வாசிப்பது, டிவி பார்ப்பது எல்லாம் அதற்கப்புறம்தான். கீதா ஓசையெழுப்பாமல் கட்டிலில் சாய்ந்தாள். தொடர்ந்தாற்போல் சமையல்கட்டில் இரண்டு மணிநேரம் நின்றது கால்களை வலித்தது. முப்பத்தைந்து வருடங்கள் கல்லூரியில் நின்றபடி பாடம் எடுத்திருக்கிறாள். அதுவொரு சாதனை போல் எண்ணத் தோன்றிற்று.

முதன்முறை நாட்கள் தள்ளியதும் திலகன் துள்ளிவிட்டார். கீதாவுக்குத் தெரியாமலே ஆர். எம். ஹெச் கார்ப்பரேஷனில் தொட்டில் வாங்கிவந்துவிட்டார். அப்போது திருச்சியில் ஆர்.எம்.ஹெச் கார்ப்பரேஷன் மிகப்பிரபலம்.

“அதுக்குள்ள எதுக்கு அவசரப்பட்டு தொட்டில் வாங்குனீங்க?”

“குழந்தையைத் தொட்டில்ல போடணுமே. ஒரு வேலையா அந்த வழியாப் போனேன். ஞாபகம் வந்துச்சு. வாங்கிட்டேன்.”

உண்மையிலேயே அன்று ஒரு மணிநேரம் பர்மிஷன் போட்டுவிட்டு கடைக்கு ஓடியது பின்னால் தெரியவந்தது.

"ஒன் ஹவர் பர்மிஷன்ல ஓட்டமா ஓடிப்போய் வாங்கிட்டு வந்தேன்."

அவர் குரல் உடைந்திருந்தது. அந்த தினம், தங்கிவிட்டதாய் நினைத்திருந்தது முழு மொத்தமாய் வெளியாகியிருந்தது. மூன்று வருட காத்திருப்புக்கு பரிசாய் எண்ணியது கனவுகளைக் கலைத்துக் கொட்டிவிட்டுப் போயிருந்தது. தொட்டிலைக் கண்ட மாத்திரத்தில் பரிமளத்தின் முகம் சுருங்கிவிட்டது.

'பிள்ளை பொறக்கறதுக்கு முன்னாடி சட்டையே வாங்கக் கூடாதும்பாங்க.'

நினைத்துக்கொண்டாள். வாய் திறந்து சொல்லவில்லை. எதையுமே அதிர்ந்து சொல்லமாட்டாள்.

'நாம் புதிதாய் ஒன்றும் சொல்லிவிடப் போவதில்லை' என்கிற எண்ணம். அதன்பிறகு கொஞ்சகாலம் வரை எதிர்பார்ப்பு இருந்து பிறகு மெல்ல மறைந்துபோனது. இருவருக்குமே கைநிறையச் சம்பளம். கீதா அழகாக உடுத்திக் கொள்வாள். புடவைக் கொசுவங்ககள் நேர்த்தியாயிருக்கும். உடுத்தியதை வெகுநாட்களுக்குப் பிறகே மீண்டும் உடுத்துவாள்.

சனி, ஞாயிறு திலகனுக்குப் பிடிக்காத நாட்களாயிற்று. ஃப்ளாட்டில் ஒவ்வொரு மாடியிலும் ஏழு வீடுகள். *L* வடிவ வராந்தா. இவர்களைத் தவிர மற்ற வீடுகளில் பத்து, பன்னிரண்டு வயதில் குழந்தைகளிருந்தனர். விடுமுறையானால் அவர்கள் கூச்சலிட்டபடி ஓடிக்கொண்டிருப்பார்கள். திடீர் திடீரென்று எழும் சத்தத்தில் கீதாவுக்குப் படபடப்பாக வரும். ரத்த அழுத்தத்திற்கான மாத்திரைகள் எடுத்துக்கொண்டாலும் சத்தம் படபடப்பைக் கூட்டிற்று.

"எல்லாரும் ப்ளே ஏரியால போய் விளையாடுங்க."

திலகன் முதன்முறையே சொல்லிவிட்டார். குழந்தைகள் கொஞ்சநேரம் அமைதியாக இருந்துவிட்டு மீண்டும் ஆட்டம்

போடத் தொடங்கினர். ப்ளே ஏரியா சின்னது. பேர் பண்ணி வைத்திருந்தார்கள். இரண்டு ஊஞ்சல்களும், ஒரு சீசாவும், ஒரு சறுக்கு மரமும் இடத்தை ஆக்கிரமித்திருந்தன. அதில் ஓடியாடி விளையாட முடியாது. அதுவும் வெயில் கொளுத்தி எடுக்கும் பகல் பொழுதுகளில் நிற்கவே முடியாது. கார் பார்க்கிங்கில் தலை தெரிந்தால் வாட்ச்மேன் ஓடி வருவார்.

“எல்லாரும் ஓடுங்க. காருக்கு ஏதாவது ஆயிப்போச்சுன்னா நான் தான் பதில் சொல்லணும். இங்கே யாரும் வெளையாடக்கூடாது. போங்க...” என்று துரத்திவிட்டுவிடுவார்.

“எதுவும் சொல்லாதீங்க திலக். தப்பாயிடப்போகுது.”

“நாமளும் வாடகை, மெயின்டனன்ஸ் எல்லாம் கொடுக்கிறோம். சவுகரிய குறைச்சலாயிருந்தா சொல்லத்தான் வேணும்” என்றவர் அந்த மாதம் நடந்த மீட்டிங்கில் சொன்னபோது எல்லோரும் விசித்திரமாகப் பார்த்தனர்.

“ஃப்ளாட்டுல இருந்தா அட்ஜஸ்ட் பண்ணிதான் ஆகணும். இல்லேன்னா தனி வீடு பார்த்துட்டுப் போறதுதான் நல்லது.”

யாரோ முணுமுணுப்பது காதில் விழுந்தது.

வீடு அமைதியாக இருந்தது. ரோஸ்மேரி வேலை முடித்துப் போய்விட்டாள். சமையலறையின் கிரானைட் மேடை பளிச்சென மின்னியது. சிறு சிறு கிண்ணங்களில் குழம்பும் கூட்டும் சுவரோரமாய் இருந்தன. சாதம் மட்டும் பன்னிரண்டு மணிக்குமேல் கீதா வைப்பாள். பத்து மணிக்கு வெளியே வந்தாளானால் பன்னிரண்டு மணிக்கே சமையலறையை எட்டிப் பார்ப்பாள். அதன்பின் இரவு ஏழு மணிவரை ஓய்வுதான். இடையில் டீ போடுவதோடு சரி. ஆளுக்கு இரண்டு தோசைகள் இரவு ஆகாரம். பரிமளம் பெரும்பாலும் பால் குடித்துவிட்டுப் படுத்துக்கொள்வாள்.

“செரிக்க மாட்டேங்குது. படுத்ததும் நெஞ்சில வந்து நிக்குது.”

திலகன் வற்புறுத்தும்போதும் அதற்காக இணங்கி விடமாட்டாள். கீதா டீப்பாயில் கால்களை நீட்டி சோஃபாவில் சரிந்து

அமர்ந்திருந்தாள். செய்தித்தாள் காற்றுக்குப் படபடத்தது. பாதத்தில் உரசிய தாளை மெதுவாக நகர்த்தி வைத்துவிட்டு கண்களை மூடிக் கொண்டாள். இரண்டே இரண்டு சுடிதார்களை மாற்றி மாற்றி உடுத்தியதில் பீரோவில் புடவைகள் மடிப்பு கலையாதிருந்தன. அதில் நாப்தலின் உருண்டைகளின் வாசமடித்தது.

பரிமளத்தின் ஆளுயர பீரோவிலும் செமி கத்வாளும் செட்டிநாட்டு காட்டனும் ஏராளமுள்ளன. நுனி கசங்காது பேப்பரை மடித்துப் போட்டு அதில் புடவைகளை அடுக்கியிருப்பாள். ஒவ்வொரு வருடமும் பொங்கலுக்கு முன்னால் சற்றுப் பழுப்பேறியிருக்கும் பேப்பரை மாற்றி விட்டு, புது பேப்பர் போடுவாள். ஆங்கில தினசரி வழுவழுப்பாயிருக்கும். அதை திலகனிடம் கேட்டு வாங்கிக் கொள்வாள்.

புடவைகளை யாருக்காவது தரலாமென்றால், கொஞ்சநாளில் எல்லாம் வெளியேறத்தானே போகிறது என்று தோன்றும். யாரும் விருந்தாளிகள் வந்துவிட்டால் நல்லதாய் உடுத்திக்கொள்ள வேண்டுமே என்றிருக்கும். கீதாவும் ரிடையரான பிறகு நிறைய விசேஷங்களுக்குப் போய்க்கொண்டிருந்தாள். முழங்கால் வலி வந்த பிற்பாடு எல்லாம் குறைந்துபோனது.

ஹவுஸ் ஓனர் வீட்டுக்கு ஐவரி நிற பெயிண்ட் அடித்திருந்தார்.

“காஸ்ட்லி பெயிண்ட்டுங்க...”

ஒருதடவை பேச்சோடு பேச்சாகச் சொல்லி வைத்தார். சுவரைப் பற்றியபடி நடக்க இன்னும் காலமுள்ளது என்று திலகன் நினைத்துக்கொண்டார். பரிமளத்தின் அறையில் ஒரு ஒற்றைக் கட்டிலும், பீரோவும் மட்டுமே. அவள் கட்டில் நுனியைப் பற்றியபடி எழுந்துகொள்வாள். லைட்டைப் போடும்போது கவனமாக ஆள்காட்டி விரலால் சுவிட்சை மட்டும் தொடுவாள். எல்லோருமே ஜாக்கிரதையாயிருந்ததில் வீடு சுத்தமாக இருந்தது. அமைதியுடன் கூடிய சுத்தம்.

கீதா அனாவசியமாக பரிமளத்தின் அறைக்குச் சென்றதில்லை. போனால் எதைப் பேசுவது என்ற குழப்பம் வரும். ஏற்கெனவே

நிறையப் பேசியாகிவிட்டது. ஆரம்பத்தில் பரிமளத்துக்கு அரைக்க, கரைக்க, நறுக்க உதவி செய்துவிட்டு கல்லூரிக்குச் சிட்டாய்ப் பறந்துவிடுவாள். மெல்ல பொறுப்பைக் கையில் எடுத்துக் கொண்ட பிறகு பேச்சு குறைந்துபோனது. திட்டமிட்டுக் குறைக்கவில்லை. இயல்பாகக் குறைந்துபோனது.

திலகனுடன் பேசுவதே பாதியாகிப் போனது. இரவில் மேலே கைபோட்டு அணைத்து உறங்கும்போது கூட என்ன பேசுவதென்று தெரிவதில்லை. திலகன் புத்தகம் படிக்கவும், நியூஸ் பார்க்கவும், சாப்பிடலாமா கேட்கவும் பழகியிருந்தார். ரோஸ்மேரி வந்தால் வீடு கலகலப்பாக இருக்கும். அவளிருக்கும் ஒரு மணிநேரம் கொலுசு அணிந்த குழந்தை போல வீடு மாறியிருக்கும்.

“டிவி பாக்குறதுதான...”

பரிமளத்தின் அறையைத் துடைத்தபடியே கேட்பாள்.

“அப்பலேருந்தே டிவி பாக்குற பழக்கமில்லம்மா” என்பாள் பரிமளம்.

“அந்த சீரியல் நல்லாருக்கு பாருங்க” என்று எதையாவது பேர் சொல்லுவாள்.

“இங்கேருந்து நேராப்போயி சோத்தாங்கைப் பக்கம் திரும்புனா அந்தத் தெரு கடசீல ஒரு காய்கறிக் கடை தொறந்திருக்காங்க. காயெல்லாம் நல்லாருக்கு. நீங்க போயிருக்கீங்களாப்பா...?”

திலகன் அறைக்குள் நிழலாடும். அவர் புத்தகத்தை மூடிவிட்டு யோசிப்பார்.

“நாட்டுப் பச்சமொளகா கிடைக்கும்மா. அப்பாவ வாங்கிட்டு வரச்சொல்லுங்க...”

எட்டிப் பார்த்துச் சொல்வாள். மூவரையும் இணைக்கும் புள்ளி அவள்.

“மேரி ஏதோ சொன்னாளே...” என்பாள் பரிமளம்.

மேகங்கள் திரண்டிருந்தன. அந்த ஃப்ளாட்டுக்கு வந்த பிறகு

முதல் மழைக்காலமது. மார்போனைட் தரை சில்லிட்டது. செருப்பில்லாமல் நடக்க முடியாது. அவ்வளவு சில்லிப்பு. வீடே இருளில் மூழ்கிக் கிடந்தது. அமைதியும் இருளும் ஒன்றுக்கொன்று பொருந்திப் போய்விட்ட இசைவான நிலை. எதுவுமேயில்லை என்கிற வெறுமை அல்லது ஒன்றுமேயில்லை என்பதான எளிதில் கடந்துவிட முடிகிற நிலைமை. எதுவென்று பகுத்தறிவதில்தான் பிரச்சினை. இன்றுவரை கீதாவால் அதைப் பிரித்தறிய முடியவில்லை. வாங்கிய பட்டம், படிப்பு எதுவும் அதற்கு உதவவில்லை. வாரத்தில் இரண்டுமுறை அக்காவிடம் பேசுவாள். அக்காப் பிள்ளைகள் கனடாவிலும் சிங்கப்பூரிலுமிருந்தனர். எங்க வீட்டுக்கு வா என்று கையைப் பற்றி இழுக்காத குறைதான்.

“ஒனக்கு ரொம்பப் புடிவாதம். ஆசையாக் கூப்புடுதுங்க. போயிட்டு வந்தா என்ன...”

அக்கா எத்தனையோ சொல்லிப் பார்த்து விட்டுவிட்டாள்.

மழையில் பள்ளிக்கு விடுமுறை விட்டிருந்தனர். பிள்ளைகள் ஆர்ப்பாட்டம் தாங்கவில்லை. திடுதிடுவென்று கூச்சலிட்டபடியே ஓடுவதும், குதிப்பதுமாயிருந்தனர். மூடிய கதவை மீறி இரைச்சல் கேட்டது. கீதா சமையலறையிலிருந்து மெல்ல எட்டிப்பார்த்தாள். திலகன் இந்நேரத்துக்கு அறையிலிருந்து வெளிப்பட்டிருக்க வேண்டுமென்பது அவளது யூகம்.

“பிள்ளைகளை விரட்டாதீங்க...” என்று அவள் சொல்லியிருக்கிறாள்.

“உனக்கு படபடப்பா வருதுல்ல. சொன்னா என்ன தப்பு?”

“நீங்க போய்ச் சொல்றீங்க. அவங்க கொஞ்சநேரம் அமைதியா இருக்காங்க. மறுபடியும் மெல்ல, மெல்ல கத்த ஆரம்பிச்சிடறாங்க. குழந்தைங்கன்னா அப்படித்தானே. விடுங்க திலக். இந்த மழையில அவங்க வேறெங்க போய் விளையாடுவாங்க சொல்லுங்க.”

இவ்வாறு சொல்ல வேண்டுமென்று அவள் நினைத்திருந்தாள்.

“சமையல் என்னம்மா...?”

ரோஸ்மேரி கேட்டாள். அவளுக்கு ஏதாவது பேசிக் கொண்டேயிருக்க வேண்டும். வாய் ஓயாத பேச்சு. சில நேரங்களில் அவள் வரத் தாமதமானால் கீதாவுக்கு என்னவோ போலிருக்கும். கார் பார்க்கிங்கில் அவளுடைய வண்டி வந்து நிற்கும் சத்தத்தை இனம் கண்டுகொண்டு சட்டென ஒரு சிரிப்பு உதிர்த்துக்கொள்வாள்.

“வத்தக் கொழம்பு வச்சேன். பொரியல் வேகுது. நீ என்ன செஞ்ச...?”

“மொளகுக் கொழம்பு வச்சேம்மா. சூடான சோத்துல மொளகுக் கொழம்பைப் போட்டு பெசஞ்சு சாப்புட்டா ருசியள்ளும்.”

அவள் எப்போதும் இப்படித்தான். சொல்லும்போதே சுவையுணர்வைத் தூண்டிவிடுவாள்.

“போவும்போது நாலு முட்டைய வாங்கிட்டுப்போனா ஆம்லெட் போட்டு புள்ளைங்களுக்குக் குடுத்துடுவேன்.”

அவள் சலசலத்து ஓடும் நீர் போலப் பேசிக்கொண்டே பாத்திரம் துலக்கினாள். பிள்ளைகளின் இரைச்சல் கேட்டது. கீதா மீண்டுமொருமுறை எட்டிப் பார்த்தாள். பரிமளத்தின் அறைக்குள் திரைச்சீலை அசைந்தது தெரிந்தது. விளக்கு எரிந்துகொண்டிருந்தது. வெள்ளிக்கிழமையானால் அவள் அஷ்டலட்சுமி ஸ்தோத்திரம் சொல்வாள்.

கீதா புடலங்காயைப் புரட்டிவிட்டாள். மேலிருந்த புடலைச் சுருள்கள் வேகாதிருந்தன.புரட்டிவிட்டு மூடியை மூடியவள் தேங்காய்த் துருவலை ஒரு பிடி உதிர்த்து எடுத்து முறத்தில் வைத்தாள். துருவல் விறைத்திருந்தது. ஞாபகமாக சீக்கிரமே எடுத்து வைத்தாலும் சக்கையாகத்தானிருந்து தொலைத்தது. கீதா அதற்குமேல் நிற்கமுடியாமல் மெதுவாக ஹாலுக்கு வந்தாள். மணி பத்தரை காட்டியது. அறைக்கதவு கொஞ்சமாய்த் திறந்திருந்தது. லேசாய் படபடப்பாயிருந்தது. இயல்புக்கு மீறிய சற்றே வேகமான நடையில் வந்து கதவைத் திறந்தாள்.

திலகன் ஈஸிசேரில் சாய்ந்திருந்தார். நெஞ்சில், நீலகண்ட பறவையைத் தேடி முதுகு காட்டி விரிந்திருந்தது. கீதா கவனமாக உன்னித்தாள். புருவங்கள் சுருங்கின. இரண்டு கைகளும் நிலையைப் பற்றியிருந்தன. மார்பு சீராய் ஏறியிறங்க, திலகன் ஆழமாய் மூச்செடுத்து உறங்கிக்கொண்டிருந்தார். கீதா நெஞ்சில் கைவைத்துக் கண்களை மூடிக்கொண்டாள்.

★★★

நிர்வாணம்

தங்கக்கொப்புளம் போல சுடர் அசைவற்று நின்றிருந்தது. கையிலோ, காலிலோ மினுமினுவென்று மினுங்குமே. அதுபோல ஒன்றல்ல, பல கொப்புளங்கள் கருவறைக்குள். விளக்குகளில் குண்டுமணி போல பொன் கொப்புளங்கள் மினுங்கியதைப் பார்த்துக்கொண்டேயிருந்ததில் கண்ணெதிரே வட்ட வட்ட பொன் துகள்கள் பறப்பது போன்ற உணர்வு.

பக்கவாட்டு வாசற்படியில் புறாக்கள் தத்தின. இளஞ்சிவப்பு நிற கால்கள் மெலிந்த கீரைத் தண்டுகளை நினைவூட்டின. கற்கூரை இடப்பட்ட உட்பிரகாரம் குளிர்ந்து கிடந்தது. படிக்கட்டுகள் ஈரமாயிருந்தன. யாரோ அலம்பிவிட்டிருக்கிறார்கள். ஆங்காங்கே ஒரு சேரளவு தண்ணீர் தேங்கியிருந்தது.

கன்னம் வைத்துப் படுத்துக்கொண்டால் சில்லென்றிருக்கும். ஆசையாயிருந்தது. கன்னம் என்ன கன்னம்... முழு உடம்பும் பட படுத்துக்கொள்ளலாம். முலைக்காம்புகள் அழுந்த, வயிறு அழுந்த, அல்குல் அழுந்த வெற்றுடம்புடன் கைகள் விரித்துப் படுத்துக்கொண்டால் உள்ளே எரிவது குளிர்ந்துவிடும். புறாக்கள் கழுத்து, முதுகு, பிருஷ்டங்கள் மீதேறி தத்தும்போது கண்கள் சொருகிவிடும்.

“அங்க என்ன பார்வை... தீபாராதனையப் பாரு...”

அத்தை இடித்தபோது சுள்ளென்றிருந்தது. ஐந்தடுக்கு தீபாராதனை... மூன்று சுழற்றுகள் இடமிருந்து வலமும் வலமிருந்து இடமுமாகச் சுழற்றி மேலும் கீழுமாய் ஒருமுறை தூக்கிக் காட்டியபோது தீபங்கள் அசைந்தாடின. மித்ரா கன்னத்தில் போட்டுக்கொண்டாள்.

‘பார்த்தால் பார்க்கும் இடத்தில் நினைப்பு நிலைச்சிருக்கணும். அது தவறுதல் இயல்பான நிகழ்வாட்டம் அறியாமல் கைதவறி விழும் பாத்திரம் போல அவ்வளவு லகுவாக எப்படி நிகழ்கிறது. ஒரு பூ மலர்வது போல அறிந்துகொள்ள முடியாத கண்கட்டு வித்தையாகவே அது உள்ளது.’

புறாக்கள் குனுகின. குதுக் குதுக்கென அதுகள் தொண்டைக் குழிக்குள்ளிருந்து எழுப்பிய சத்தத்தில் கோவிலுக்கான பூரணத்துவத்தை அவ்விடம் அடைந்துவிட்டது போலத் தோன்றிற்று. கல் தூண்களில் எண்ணெய்ப் பளபளப்பு. எண்ணெயின் கசண்டு வாசம் குப்பென்று அடித்தது.

அத்தை பயபக்தியோடு விபூதி வாங்கிக்கொண்டாள். மித்ரா கைநீட்ட, அர்ச்சகர் இணுக்கு எடுத்துப் போட்டார். வியர்த்த உடலில் நீர்க்கொப்புளங்கள். மார்புகள் மதகின் ஷட்டர் போல பலகை, பலகையாய்... பெயர்த்தெடுத்துக் கொள்ளலாம் போல.... வயிறு படிந்து கிடந்தது. மூச்சை அடக்கி மந்திரம் சொல்லி உடம்பு தங்கப்பாளமாயிருக்க வேண்டும்.

“சாமிக்கு நீலப்பட்டு வஸ்திரம் நல்லாயிருக்குல்ல...”

அப்போதுதான் கவனித்தாள். ஒன்றை ஊன்றிக் கவனிக்கும் போதே நிலைகொள்ளாத தவிப்பு. வயிற்றில் தடுப்புக்கம்பி சில்லிட்டது. அதில் அழுந்த பதித்துக்கொண்டு கண்கள் மூடிக் கும்பிட்டாள்.

“பன்னண்டு மணிக்கு விடங்கர் அபிஷேகம்...”

யாரோ, யாரிடமோ சொல்லிக்கொண்டிருந்தார்கள்.

ஒரு மௌனப்புள்ளியில் உறைந்து கிடக்க மித்ரா பிரயத்தனப் பட்டாள். உட்கதவு திறந்தே கிடக்கிறது. அதைப் பூட்டிக்கொள்ள

ஆவலாதியிருந்தும் ஏனோ வாய்க்கப்பெறவேயில்லை. ஓரிருமுறை சாத்தியப்பட்டிருக்கிறது. ஆனால் காற்றுக்குத் திறக்கும் கதவாய் அது இருந்து தொலைத்ததில் பட்டென உடனேயே விரியத் திறந்துகொண்டது.

“இருபதுல கேட்டப்ப முடியாதுன்னுட்ட. நெறையப் படிக்கணும், இப்ப வேணாம்னு நீ சொன்னதுல நாங்களும் சரின்னு ஒத்துக்கிட்டோம். வீட்ல நீதான் புத்திசாலி. கற்பூர புத்தி. அதனால அப்பாவுக்கு ஏகப்பெருமை. படிக்கட்டும்னு பெருந்தன்மையா ஒத்துக்கிட்டாரு.”

பிரகாரம் சுட்டது. நடுவே கோடாக கார்பெட் விரித்ததுபோல வெள்ளைப் பெயிண்ட் அடித்திருந்தார்கள். அதில் சூடு குறைவாக இருந்தது.

‘லேசான சூடு. குளிர்ந்த சூடு...

இப்படித்தான் வித்தியாசமா ஏதாவது தோணும்.’

மித்ரா தனக்குள் முணுமுணுத்துக்கொண்டாள்.

விடக்கூடாது என்றெண்ணும்போதே விடாப்பிடியாக வந்தமரும் எண்ணம்...

‘தொப்புளும் முலைகளும் தரையில் அழுந்தி சிவந்து போயினவா...’

களுக்கென்று சிரித்துவிட்டாள்.

“தோடுடைய செவியன்...”

அத்தை பாடுவதை நிறுத்திவிட்டு நெற்றி சுருக்கிப் பார்த்தாள். மித்ரா அவசரமாய் காதில் வழிந்த முடிக்கற்றையை ஆள்காட்டி விரலால் காதுக்குப் பின்புறம் ஒதுக்கிவிட்டுக்கொண்டாள். விபூதி, குங்குமம் உள்ளங்கை குழிக்குள் சங்கமமாயிருந்தன.

‘சாமி முன்னாடி எதையும் நினைக்கக்கூடாது. சாமியத்தான் நினைக்கணும்.’

கோவில் கோபுர வாசலில் கால் வைத்தபோதே அந்த எண்ணம் உள்நுழைந்து விட்டிருந்தது. கதை முடிந்தது என்று நினைத்துக்கொண்டாள்.

லிங்கத்தைப் பார்த்ததுமே தலையை உலுக்கிக் கொண்டாள். கூப்பிய கரங்கள் எதிரே எரிந்த தீபத்தின் ஒளியில் செந்தாமரை மலரின் இதழ்கள் போல கூம்பியிருந்தன.

‘ஆண்குறி இரண்டும் அயில்வேல் காக்க... இங்க வந்து எதுக்கு இந்தப் பாட்டு... லிங்கத்தைப் பாத்தாப்ல உடனே இதைத்தான் பாடணும்னு தோணுமா... லூசு...’

கடிந்த மனதை அடக்கி,

‘பெற்ற தாய்தனை மக மறந்தாலும், பிள்ளையைப் பெறும் தாய் மறந்தாலும்...’

ஸ்பஷ்டமாகச் சொன்னாள். கொஞ்சம் ஆசுவாசமாய் உணரமுடிந்தது.

மித்ரா கோபுர நிழலில் ஒதுங்கி நின்றாள்.

“அதிகமா படிச்சிட்டா கிறுக்குப் புடிச்சிடும். ஞானக்கிறுக்கு. யார்கூடவும் ஒட்டாம தண்ணியில விழுந்த எண்ணெயாட்டம் அதுபாட்டுக்கு தனிச்சுக் கெடக்கும்.”

அண்ணன் அடிக்கடி சொல்லிக்கொண்டேயிருப்பான்.

படிப்பு... அது ஒரு போதை. அடுத்தது, அடுத்தது என்று ஆவலாய் பரந்த மனசுக்கு அடங்கத் தெரியாத ஆர்வம்.

“வயசாயிட்டே வருது. அது இந்தப் பொண்ணுக்குப் புரிய மாட்டேங்குது. கல்யாணமாகியிருந்தா இந்நேரத்துக்கு ரெண்டு கொழந்தைங்களாயிருக்கும்.”

கன்னத்தில் கைவைத்து முழங்கையை இன்னொரு கையால் தாங்கிப் பிடித்தபடி அம்மா முன்பெல்லாம் யாரிடமாவது சொல்லிக்கொண்டிருப்பாள்.

“ஏன்டி நின்னுட்ட.....?”

அத்தை திரும்பி நின்று கேட்டாள்.

“சும்மாதான். வர்றேன்.”

மித்ரா சேர்ந்துகொண்டாள். பிரகாரத்திலிருந்த நெல்லிமரம்

இலைகள் உதிர நின்றிருந்தது. முழு நெல்லிக்காய்கள் பறிக்கப்படாமல் பழுத்துத் தொங்கின. ராகுகால துர்க்கையிடம் சரியான கூட்டம். பெண்கள் தலைக்குக் குளித்து ஈரக்கூந்தலைத் தளரப் பின்னியிருந்தனர். அர்ச்சகருக்கு இரண்டு கை போதவில்லை. அர்ச்சனைத்தட்டுகள் நிரம்பி வழிந்தன.

“நம்ம ராகவன்டி. உங்கூட படிச்சவன். அடையாளம் தெரியலையா...?”

மித்ரா அப்போதுதான் கவனித்தாள். காதோரம் லேசாக நரையோடி உருவத்தில் சற்று முதிர்வைக் காட்ட, அவனும் பார்த்துவிட்டு முகம் சுருக்கி உடனே புன்னகைத்தான்.

“மித்ரா...”

அவசரமாய் அருகிலிருந்தவரிடம் தட்டுகளை ஒப்படைத்துவிட்டு கூட்டத்தை விலக்கி அருகில் வந்தான்.

“நல்லாயிருக்கியா...?”

பதினைந்தில் இருந்த தயக்கம் இப்போது இல்லை. படிப்பு தந்த நிமிர்வு, பதவி தந்த கௌரவ அடையாளம் மித்ராவை இயல்பாக புன்னகைக்க வைத்தது. அவன் குழைந்து நின்றிருந்தான்.

“நீ நல்லாப் படிக்கிற, அழகாயிருக்க....ஒன்ன எனக்கு ரொம்பப் புடிச்சிருக்கு.”

பத்தாம் வகுப்பின் ஒரு மதிய உணவு இடைவேளையில் அவன் குழறியபடி சொன்னது நினைவுக்கு வந்தது. அதன்பிறகு ரகசியமாய்ப் பார்த்துப் புன்னகைப்பான். சிரிப்பதா, வேண்டாமா என்ற குழப்பதோடு மித்ரா நின்றிருப்பாள்.

‘நீ முட்ட கூட சாப்பிட மாட்டியேடா... இந்த முட்டைய எடுத்துட்டுப்போயி என்னடா பண்ணுவ...?” என்று வாத்தியார் பேப்பரைக் காட்டி கிண்டல் செய்வார்.

பால் முகம் சுண்ட அவன் கண்கள் மித்ராவைத் தேடும். பத்தாம் வகுப்பில் முக்கி, முனகி பாசாகிவிட்டவனை அவன் அப்பா வெளியூரிலிருந்த வேதபாட சாலையில் சேர்த்துவிட்டார். அதன்பிறகு அவனைப் பார்க்கவில்லை.

“பையன் ஒண்ணு, பொண்ணு ஒண்ணு. ரெண்டுபேரும் என்னை மாதிரியில்ல. ரொம்ப நல்லாப் படிக்கிறா.”

அவசரமாய்ச் சொன்னான். அவனுடைய படர்ந்த வெண்மார்பில் அடர்ந்திருந்த முடிச்சுருளைக் கண்டபோது மித்ராவுக்கு என்னவோ போலிருந்தது. வயிறு குழைந்து ஒருமாதிரி செய்தது. முப்பத்தெட்டு வயதுக்கும் வற்றாத உணர்வுகள்...

சுண்ட சுண்ட காய்ச்சிய பாலின் பதம் மாறி சுவை கூடிக்கொண்டே போகிறது. உண்டால் நாக்கில் ருசி தங்கிவிடும். மேலும் மேலும் என்று தின்னப் பறக்க வைக்கும். ஆனால் யாருக்குத் தின்னக் கொடுப்பது. பாத்திரம் பழசாயிருப்பதா பிரச்சினை. பதம் சரியாயிருப்பது பெரும் வரமல்லவா. கிடந்து கிடந்து சுண்டிவிட்ட சுவையைப் பற்றி ஒரு குறை சொல்லிவிட முடியுமா...

அது அமுதமல்லவா... அள்ளித் தின்ன யாருக்குக் கொடுப்பினை இருக்கிறது. ஆரம்பத்தில் வேண்டாம், வேண்டாமென மறுத்துவிட்டு இப்போது வேண்டும் வேண்டுமென்றால் அதுகூட இங்கு தவறுதான்.

“பன்னண்டுக்கு விடங்கர் அபிஷேகம். இதுக்கு முன்னாடி பார்த்திருக்கியா...?”

மித்ரா தலையசைத்தாள்.

“இப்பவே போனா முன்னாடி ஒக்காந்து பார்க்கலாம். எல்லாருக்கும் கெடைக்காது. போ...”

அவசரமாய் அவளை அனுப்ப முயன்றான்.

“வாடி போவோம்.”

அத்தை பரபரத்தாள்.

“வரேன்.”

உணர்வற்ற ஒரு சொல்லாய் அது பிரகாரத்தில் அலைந்தது. அவன், அவள் கண்களைத் தவிர்த்துத் திரும்ப நடந்தான். உடல் நகர்ந்தது. மனம் அவனோடே சென்றது.

அண்ணி அவளுடைய தம்பிக்கு மித்ராவைப் பண்ணிக்கொள்ள ஆசைப்பட்டாள்.

“அவர் படிப்புல ரொம்ப சுமார். இதனால ரெண்டுபேருக்கும் பிரச்சினை வரும்.”

இரண்டாவது வாக்கியத்தைச் சொல்லவில்லை. அண்ணிக்குச் சுள்ளென்று ஏறிவிட்டது. இப்போதும் ஒரு ஏளனப் பார்வை யோடுதான் ஏறிடுவாள்.

“அவன் ஜோரா செட்டிலாயிட்டான். விக்ரகமாட்டம் பொண்டாட்டி. சிமிழ்மாதிரி ஒரு கொழந்தை. அதெல்லாம் ஒரு கொடுப்பினை. எல்லாருக்கும் கெடைச்சிடாது.”

இதையே ஒவ்வொரு முறையும் வெவ்வேறு வார்த்தைகளில் சொல்ல அவளுக்குத் தெரிந்திருந்தது.

“ஒனக்கு யாரையாவது பிடிச்சிருந்தா பண்ணிக்கயேன்டி.”

அம்மா இறுதியாக அந்த முடிவுக்கு வந்துவிட்டிருந்தாள்.

“உன்னை ரொம்பப் பிடிச்சிருக்கு. நாம கல்யாணம் பண்ணிக்கலாமா...? எதிரே வருபவனிடம் நிறுத்திக் கேட்டால் எப்படியிருக்கும்.”

மித்ரா சிரித்துவிட்டாள். அம்மா பரிதாபமாக அவளைப் பார்த்தாள்.

இரவுகள் குளிர்ந்துகிடந்தன. நிலவின் வெண்பொழிவில் குளிரின் தன்மையில் அடர்த்தி கூடிப்போயிருந்தது.

“பெரிய பதவியில இருக்கா. கீழ அம்பது பேராவது வேலை செய்வாங்க. எல்லாருக்கும் மேடம்தான். வயசு வித்தியாசமெல்லாம் கெடையாது. அவ்ளோ மரியாதை. எல்லாம் படிப்பு தந்த கௌரவம்.”

அப்பா பார்ப்பவர்களிடமெல்லாம் சொல்லுவார்.

இரவில் மித்ரா சிறுமி போல தலையணையை இறுக அணைத்துக் கிடந்தாள். முற்றின தேங்காயின் பருப்புமணி உருள்கிறாற்போல

உள்ளுக்குள் உருண்டு திரண்ட கொப்புளமொன்று கீழ்மேலாய், மேல்கீழாய் அலைந்தது. சன்ன இழையாய் உள்நுழையும் மூச்சுக்காற்றில் அது நெருப்புத்துளி போல ஜ்வலித்தது. நடுமார்பை, அடிவயிற்றை, அல்குலை அது தடவிச் சென்றதில் உயிர்வரை சிலிர்த்தது.

பிராகாரம் காய்ந்திருந்தது. புறாக்கள் அந்த இடத்தைவிட்டு நகரவில்லை. படியிலமர்வதும், எதிரேயிருந்த நாயன்மார்கள் சந்நிதிக்குப் பறப்பதுமாயிருந்தன.

'இரவுகளில் நாயன்மார்கள் புறாக்களிடம் பேசிக்கொண்டிருப்பார்களா... ஆனால் அவை உறங்கிக்கொண்டிருக்குமல்லவா... பின்னே மூலவர் எதற்கிருக்கிறார்... அவரிடம் உலக நடப்புகள் குறித்துப் பேச வேண்டியதுதான். குளிர்ந்த படியிலமர்ந்து எதைப் பற்றியும் கவலைப்படாது பேசலாம். வௌவால்களின் அட்டகாசம் பற்றி அவரிடம் புகார் செய்யலாம். தேங்கும் அபிஷேகப் பொருட்களின் வாடை பற்றிச் சொல்லி ஏதாவது வழி பண்ணச் சொல்லலாம்.'

அந்தகார இருட்டுக்குள் இரண்டோ அதற்கு மேற்பட்டோ குரல்கள் பேசிக்கொள்வதுபோலத் தோன்றிற்று.

படியோரங்களிலிருந்த கைப்பிடிச் சுவர் வளைவாய் இறங்கி, சுருட்டி வைக்கப்பட்ட பாய் போல முடிந்திருந்தது. கையை வைத்து அழுத்தியபோது உள்ளங்கையில் எச்சில் தோய்ந்த உதடுகள் ஸ்பரிசிப்பது போலிருந்தது. தடவிப் பார்த்தாள். மெத்தென்ற உள்ளங்கையில் சில்லிடல் கொஞ்சமாய்த் தங்கியிருந்தது. சம்பங்கி, அரளி, கதம்ப, மல்லிகையின் வாசம் எண்ணெய் கசண்டுடன் கலந்து மனக்கிளர்ச்சியை உண்டாக்கிற்று.

இனந்தெரியாத உணர்வு, தேவாமிர்தம் போல பொங்கி வழியும் மனதில் நுரைத்துத் தளும்பிற்று. தளும்பி வழிந்து உடலெங்கும் பரவி மயிர்க்கால்களில் ஏறிக் குத்திட வைத்தது. படிக்கட்டின் ஓரத்தில் ஒரு துளி இடத்தில் மித்ரா முழங்கால்களைக் கட்டிக்கொண்டு அமர்ந்தாள். பெயர் பின்னால் நீண்டிருந்த வால் மறந்துபோயிருந்தது.

கூட்டத்தை விடங்கர் அள்ளிக்கொண்டு விட்டிருந்தார். அவள் நிர்மலமான குளத்தின் ஒற்றைச் செம்பருத்தியாய் தனித்துக்கிடந்தாள். வண்ணதாசனின் தனிமையில் வரும் செம்பருத்தி. குடத்துக்குள் ஏறிடத் துடிக்கும் செம்பருத்தி. மித்ரா தனக்குள் சிரித்துக் கொண்டாள்.

சற்றுப் பள்ளமான ஓரிடத்தில் நீர் தேங்கி வீசிய காற்றுக்குத் தளும்பிற்று. ஒரு புறா பறந்து வந்து நீட்டிய அவள் காலருகே அமர்ந்தது. கருப்பு, வெள்ளை உடலில் கண்கள் குண்டுமணி போல மினுங்கின. அது இவளை உறுத்துவிட்டு மீண்டும் பறந்துபோய் நாயன்மார்கள் சந்நிதியில் அமர்ந்தது. அங்கிருந்து மீண்டும் இவளைப் பார்த்துவிட்டுத் திரும்பி அருகிலிருந்த நாயன்மாரைப் பார்த்தது.

“அவர்கிட்ட என்னைப் பத்தி என்ன சொல்ற?”

கையாட்டிக் கேட்டாள். அது சட்டென எங்கோ பறந்துபோனது. அத்தை உள்ளே தவித்துக்கொண்டிருப்பாள் என்று நினைத்துக்கொண்டாள்.

“நான் போய் ஒக்கார்றேன். லேட்டாப் போனா முன்னால ஒக்கார இடம் கெடைக்காது.”

சொல்லிவிட்டுத்தான் போனாள்.

“நின்னுக்கிட்டேயிருக்காம சீக்கிரம் வந்து சேரு.”

இறுதியாக காற்றில் மிதந்து வந்த அவளது சொற்கள் மித்ராவின் காதுகளை எட்டும் முன்னே கரைந்துபோயிருந்தன.

சிறுவயதில் அம்மணசாமியார் ஒருவரை அவள் பார்த்திருக்கிறாள். ஏனோ அது ஞாபகத்துக்கு வந்தது. சடை முடியுடன் அழுக்கு உடலோடு அவர் ஆங்காங்கே தென்படும்போதெல்லாம் படபடப்பாக வரும். முழு நிர்வாணமாய் அவர் சாலையிலோ, ஏதாவது கடை வாசலிலோ நின்றுகொண்டிருப்பார். கடைக்காரர்கள் அவருக்குப் பயபக்தியுடன் ஏதாவது தின்னத் தருவார்கள். அவர் சாப்பிட்டால் வியாபாரம் அமோகமாக நடக்கும் என்பது நம்பிக்கை.

பள்ளிக்கூடம் போகும் வழியில் எங்காவது அவரைப் பார்த்து விட்டால் குனிந்த தலை நிமிராது சென்றுவிடவேண்டுமென்று அம்மா சொல்லித் தந்திருந்தாள். அப்படியும் ஒருநாள் முழுமையாக பார்த்துவிட்டாள். கண்களை இழுத்து நிறுத்த முடியவில்லை. பார்வை கீழிறங்கிவிட்டது. ஒருமாதிரி சொரசொரத்துப்போனது.

அவரிடம் எந்த வித்தியாச நெளிவுமில்லை. மீதூறும் பார்வையின் பிரக்ஞையின்றி அவர் சென்றுகொண்டிருந்தார். அதுகூட ஒரு தெளிவு நிலை என்று இப்போது தோன்றிற்று. ஊசலாட்டம் அற்ற மனசு. அது வாய்த்துவிட்டால் அனைத்தையும் கழட்டி வீசிவிடலாம். ஆசை, அபிலாஷைகளை, ஆடைகளை, காம உணர்வுகளை...

சிரிப்பு வந்தது கூடவே அழுகையும் வந்தது. அவள் வெற்றுடம்போடு நடந்து செல்வதாய்க் காட்சி கண்ணெதிரே தோன்றியது. நனைந்த கீழிமைகளோடு அவள் வாய்பொத்திச் சிரித்தாள். நிர்வாணம்... ஆடை தொலைத்த உடல் நிர்வாணம், ஆசை தொலைத்த மன நிர்வாணம்... மொத்தத்தில் நிர்வாணம்.

உள்ளே விடங்கர் பால் அபிஷேகத்தில் குளிர்ந்து கொண்டிருந்தார்.

★★★

தீவு

வாசலில் மருதாணிச்செடி தழைத்து வளர்ந்திருந்தது. செடிக்கு அப்படி ஒரு வனப்பு, பருவப்பெண்ணின் போஷாக்கான உடல் போல. கிள்ளிக் கிள்ளி ஈர்க்கில் கோர்த்தது போல இலைகள். பூவின் வாசம்... அதற்குத் தடை ஏதும் கிடையாது. அது பாட்டுக்கு இருபதடி தள்ளி இருந்த அறைக்குள்ளும் அலட்சியமாய் நுழைந்திருந்தது.

சட்டென ஒரு மழை பெய்து விட்டது. ஆயத்தமற்ற நிலையில் வீட்டுக்குள் நுழைந்துவிட்ட விருந்தாளியை எதிர்கொள்ள முடியாமல் தடுமாறும் நபர் போல முற்றத்தில் ஒரு வண்ணத்துப்பூச்சி அங்குமிங்கும் அலைந்தது. மென் தூறலாய் ஆரம்பித்துச் சடசடவெனக் கொட்டிய வேகத்தில் கூரையில் தாளமிட்டது போன்ற இசை.

'மண்ணின் மணத்திற்கும், மருதாணிப் பூவின் மணத்திற்கும் ஏதாவது ஒற்றுமை இருக்கிறதா ம....ம என்பதைத் தவிர... பைத்தியம்...'

அவள் தலையில் தட்டிக்கொண்டாள். மீண்டும் அந்தக் கையைக் கன்னத்துக்கடியில் பதித்துக்கொண்டாள். இடதுபுறம் ஒருக்களித்துப் படுத்திருந்தவள் கால்களைக் குறுக்கி

வைத்திருந்தாள். இடது கையைக் கன்னத்துக்கடியிலும் வலது கையைத் தளர பாயின் மீதும் பதித்திருந்தாள்.

எழ வேண்டும் என்று மனது சொன்னது. வேண்டாம் படுத்துக்கிட என்று அதே சொன்னது. சில சமயம் இப்படித்தான். எதிரெதிரே நின்று மனது பேசிக்கொண்டேயிருக்கும். இவள் வெறுமனே அதைக் கவனித்துக் கொண்டிருப்பாள்.

தயிர் சாதத்தில் நாலைந்து சின்ன வெங்காயத்தை உரித்துப் போட்டு வைத்திருந்தாள். சின்ன வெங்காயத்திலேயே பொடிசு பொடிசாய் நாலைந்து. தூவெள்ளையில் வெளிர்வயலட் நிறம் ஞாபகம் வந்ததும் அவசரமாய் எழுந்துகொண்டாள். பசிக்கிற மாதிரியெல்லாம் இல்லை. சாப்பிட வேண்டும் என்கிற எழுச்சி. நாலு வாய் தயிர் சாதம் உள்ளே போனதுமே வயிறு கேட் போட்டு விட்டது.

அரைமணி நேரம் தாமதித்திருக்கலாம். கபகபவென்று வயிறு எரிய ஆரம்பித்ததும் சாப்பிட்டிருக்கலாம். முழுச்சட்டியும் காலியாகி இருக்கும். இப்போது நிலவின் மிச்சம் போல வெள்ளை வெளேர் தயிர்சாதம் பாதிக்கு மேல் சட்டியில் கிடந்தது. வெங்காயம் காலியாகியிருந்தாலும் வாடையை விட்டுச் சென்றிருந்ததில் வைத்துச் சாப்பிட வழியில்லை என்று புரிந்தது.

வெங்காயத்தின் மேல் கோபம் கோபமாக வந்தது. சனியன் என்று திட்டினாள். சட்டியை வழித்துக் கொல்லைப்புற காம்பவுண்ட் சுவரில் வைத்துவிட்டுக் கழுவிக் கவிழ்த்தாள். அன்றிரவே உப்புமாவுக்குத் தாளிக்கும் பொழுது நாலாக, எட்டாக நறுக்கிக்கொண்டே சாரி என்று ராகமாய் இழுத்துச் சொல்லி விட்டாள்.

மறுநாளும் பழுத்த வெயிலின் முடிவில் மேகம் கொட்டத் தொடங்கியது. கோடையில் சில மழைகள் இப்படிப் பெய்வதுண்டு அடுத்தடுத்தாற்போல. மண்ணின் கொதிப்பு தணிந்து ஒரே ஒரு நாள் குளுமை இருக்கும். அடுத்த நாளிலிருந்து பொழுதுகள் வெம்மை பூசிக்கொள்ளும். மழைக்குப் பின்பான வெயிலை அவள் வெறுத்தாள்.

அவளுக்குப் பிடிக்காதவை லிஸ்டில் ஆயிரம் இருந்தாலும் அதற்கே முதலிடம். அதுபோல் நல்ல காய்ச்சலடிக்கும் நேரங்களில் அரைகுறை விழிப்பு நிலையில் இருக்கும்போது சுள்ளென்று தெறிக்கும் வெயிலின் ஊடாக எங்கோ மெலிதாய் கேட்கும் வானொலியின் பாட்டுக் கூட அவளுக்குப் பிடிப்பதேயில்லை.

“நீ வித்தியாசமானவங்கள்லயே முக்கியமானவடி” என்பாள் அம்மா.

மிக்ஸி மேல் கிடந்த கைவேலைப்பாடு மிக்க அந்தத் துணியின் மேல் அமர்ந்திருந்தது ஒரு வண்ணத்துப்பூச்சி. துணியின் மையத்தில் ஆணும் பெண்ணும் கோலாட்டம் ஆடுவது போல அம்மா நூலால் நேர்த்தியாகப் பின்னியிருந்தாள். கரும்பச்சையிலும் சிவப்பிலும் தலைப்பாகையும் ஆடையும் பளிச்சிட்டன. வண்ணத்துப்பூச்சி அந்த நிறங்களுக்குப் பொருத்தமான வண்ணத்திலிருந்தது. புடவைக்கு ஏற்ற ரவிக்கை அமைந்தது போல எண்ணி அவள் அதை ரசித்தாள்.

முதல்நாள் பார்த்த அதே வண்ணத்துப்பூச்சிதானோ என்ற யோசனையும் வந்தது. ஏற்கனவே பார்த்ததாய் இருந்தால் பரவசப்படுவாள். புதியது என்றால் கொஞ்சம் துணுக்குற்றுப்போவாள். அதுபற்றிச் சிறிதுநேரம் ஆராய்வது பிடிக்கும். பின்பு மெல்லச் சிரிப்பாள். இடதுபுறம் இருக்கும் போகன்வில்லாவைப் பார்த்துச் சிரிப்பதும் இப்படித்தான். எதையெதையாவது பார்த்து அடிக்கடி சிரிக்க வேண்டும் போலிருக்கும். அது அவளாகவே உருவாக்கிக்கொண்டது. பின்பு அதுவே பழக்கமாகிவிட்டது.

குறுமணல், பூம்பிஞ்சுகள், இறகுகள் பொதிந்த மிளகுக்கண் பறவைகள் என்று அவளிடம் ஒரு பட்டியலே உண்டு. ஷவரில் இருந்து நேர்குத்தாகக் கொட்டும் நீர்மணிகளை எட்டி நின்று பார்த்துச் சிரிப்பாள். நல்ல மஞ்சள் வெயில் விரிந்து கிடக்கும் மதியவேளையில் செருப்பணிந்து வெளியே கிளம்ப எத்தனிக்கும் தறுவாயில் நீல சங்கு கேட்கும்.

“இந்த நேரத்துல எங்க கிளம்பிட்ட...?”

“போக வேண்டிய எடத்துக்குப் போறேன்.”

“சொல்ல மாட்டியே. சரி பத்தரமா போயிட்டு வா...”

“தெரியும். உன் பூக்களை எந்தச் சாமிக்கும் தாரை வார்த்திடாத. நான் வந்து வலிக்காம பிரிச்செடுத்து என்னோட மாடத்துச் சாமிக்குப் போடறேன்.”

முணுமுணுத்தபடியே கேட்டை சாத்துவாள். கிறீச்சிடும் கேட்டுக்கு எண்ணெய் போட வேண்டும் என்று கிளம்பும்போது மனம் சொல்லும். திரும்பி வந்து திறக்கும் பொழுது காய்ச்சிய பாலைக் கவிழ்த்து விட்டு விடும் பூனை என்கிற பதட்டத்தில் அவசரமாய் உள்ளே ஓடிப்போய்விடுவாள்.

மருதாணிச்செடி காற்றில் அலைந்தது. மாதம் ஒருமுறை மருதாணி இட்டுக் கொள்வது வழக்கமாகிவிட்டது. வட்டங்களும் குப்பிகளும்தான். அதுவே அவளுக்கு மிகவும் பிடித்தமான டிசைன். மறுநாள் காலை காய்ந்த பொருக்குகளை உதிர்த்துவிட்டு தேங்காய் எண்ணெய் தடவி மருதாணிச்செடியிடம் கைகளை விரித்துக் காண்பிப்பாள்.

“நல்லா செவந்திருக்கு பாத்தியா...” என்பாள்.

மாலை நேரங்களில் பெரிய கோவிலை ஒட்டிய நடைபாதையில் மெதுவாக நடப்பாள். சுவரில் தீட்டப்பட்டிருக்கும் காவி வெள்ளைக் கோடுகளை விரல் நீட்டி எண்ணிக்கொண்டே போவாள். விசேஷ நாட்களில் கோவில் வாசலில் நிறைந்து கிடக்கும் செருப்புகளில் தன்னுடையதை திசைக்கொன்றாய் உதறிவிட்டு உள்ளே செல்பவள் திரும்ப வந்து அதை ஜோடி சேர்க்கப் படாத பாடுபடுவாள். அது அவளுக்கு மிகவும் பிடித்தமான விளையாட்டு. யாராவது கேட்டால்,

“இங்கதான் போட்டேன் காணும்” என்று கண்களால் துழாவிக் கொண்டே சொல்வாள்.

இருளோடிக் கிடக்கும் பிராகாரத்தில் எண்ணெய் தடவப்படாத ஒரு தூணில் சாய்ந்தமர்ந்து தோடுடைய செவியன் என்று பாடுவாள். சீரியல் பல்பின் குட்டி வெளிச்சம் போல முணுக்கென்று கேட்கும் பாட்டு.

அன்றைக்குக் கோயிலில் இருந்து போகும்போதே பெட்டிக்கடையில் பத்து சாக்பீஸ் குச்சிகள் வாங்கிக் கொண்டாள். இரவு உணவை முடித்தவுடன் ஒரு காலை நீட்டி இன்னொரு காலை மடக்கி வாகாக அமர்ந்துகொண்டு தரை முழுக்க கோலங்களால் நிரப்பினாள். மிட்டாய்த் தட்டு, சீதை முந்தானை, மயில், மாங்காய், சங்கு என்று விதவிதமான கோலங்கள். மாவில் இடுவதை விட சாக்பீஸில் போடுவது எளிதாக இருந்தது. நேரம் போவது தெரியாத மும்முரம். விரல்கள் எரிந்த போது மணி பார்த்தாள். பன்னிரண்டாகியிருந்தது. கண்களை அசத்தியதில் அப்படியே ஒரு ஓரமாய் சுருண்டு படுத்துக்கொண்டாள்.

விடியற்காலையில் விழிப்புத் தட்டியபோதுக ரோலங்கள் சிரித்தன. அம்மா, அப்பா படத்துக்குக் கீழே அத்தனை பெரிய இதயக்கமலம் வரைந்திருந்தாள். போட்டோவில் இருந்த பூ மாலையிலிருந்து சில பூக்கள் கோலத்தின் மீது சிதறிக் கிடந்தன. தனக்குக் கிடைத்த வாழ்த்தாய் எண்ணி போட்டோவைப் பார்த்து நன்றி கூறினாள்.

மூன்று லிட்டர் உள் மூடியிட்ட ஹாக்கின்ஸ் குக்கர் அவளிடம் உண்டு. ஓவல் வடிவ மூடியை லாகவமாக உள்ளே கொடுத்து மூட வேண்டும். கொஞ்சம் அசால்ட்டாக இருந்துவிட்டாலும் மாட்டிக்கொள்ளும். அதற்காக இரண்டு நிமிடங்களை செலவழிப்பாள். குக்கரின் வாயுடன் மூடி கச்சிதமாகப் பொருந்தும்போது மறக்காமல் தோளில் தட்டிக்கொள்வாள். அன்று அதிசயமாக பத்தே பத்து நொடிகளில் மூடியைப் பொருத்திவிட்டாள். நிமிடங்கள் செலவழிக்கத் தேவையில்லாது போனதில் திகைத்து நின்றாள். கடிகார முள்ளை முறித்துப் போட அவள் பலமுறை எண்ணியிருக்கிறாள். இப்போதும் அப்படியே நினைத்தாள்.

அன்று பிரதோஷம். பிரதோஷத்துக்கு அவள் முதல் ஆளாய் போய்விடுவாள். மருதாணியிட்ட விரல்கள் தழல்களாய்ச் சிவந்திருந்தன. புதுச் சிவப்பு... அந்தச் சிவப்புக்கு ஒரு வாசமும் உண்டு. அடிக்கடி வாயைத் துடைப்பது போல இரு கைகளையும்

கோர்த்து முகர்ந்து பார்த்தாள். கூட்டம் நெரித்துத் தள்ளியது. நிறைய பார்த்த முகங்கள். ஒரு புன்னகையும், சிறு தலையசைப்பும் அவளிடமிருந்து அனிச்சையாய் வெளிப்பட்டுவிடும்.

நந்திக்கு இடப்பக்கத்திலுள்ள தூண் சாய்ந்துகொள்ள வசதியானது. அங்கிருந்து பார்த்தால் அபிஷேகம் தெளிவாகத் தெரியும். நேரத்தோடு வந்து அந்த இடத்தைப் பிடித்துவிடுவாள். அபிஷேகத்துக்கு இடைப்பட்ட நேரத்தில் விரல்களைத் தூணில் பதித்துத் தாளமிடுவாள். கருங்கல்லின் குளிர்ச்சி விரல்களில் அப்பிக்கொள்ளும். இப்போது மருதாணி குளிர்ச்சி வேறு. உள்ளும் புறமும் சில்லிட்டது போன்ற உணர்வு. தீபாராதனை காட்டியவுடனே கூட்டம் பறந்துவிடும். இவள் மட்டும் அசையாமல் கிழங்கு போல நின்றுகொண்டிருப்பாள், கால்களைப் பெயர்க்க முடியாது, கல்தரை பிளந்து வேரோடி விட்டதைப் போல.

சிறுவயது முதலே அம்மாவின் கைபிடித்து பிரதோஷத்துக்கு வந்திருக்கிறாள். அம்மா, அவள் கையை விட்டதேயில்லை. இத்தனைக்கும் அப்போது இவ்வளவு கூட்டம் கிடையாது. இருந்தும் அம்மா இடுப்புக்குக் கீழே நின்றிருக்கும் அவளை மணிக்கட்டு சிவக்கும் அளவுக்கு இறுக்கிப் பிடித்திருப்பாள். நந்தி அதே கண்களால் பார்த்துக்கொண்டிருந்தது.

“காதுல ஏதும் சொல்றியா. நான் ஈசனிடம் சேர்த்திடறேன்.”

எப்போதும் போல கேள்வி வந்தது அதனிடமிருந்து.

“இல்ல...”

அவள் தலையசைத்தாள்.

“ரொம்ப வருஷமா நானும் கேக்கறேன். கொஞ்சம் யோசிச்சுதான் சொல்லேன்.”

இந்தமுறை அது விடுவதாயில்லை. அவள் கண்களை சிமிட்டிக் கொண்டாள். மருதாணி விரல்களைக் கோர்த்துப் பிரித்தாள். யோசனை செய்கிற பாவனை அவளுக்குச் சற்று நேரம் தேவையாயிருந்தது. நீல சங்குப்பூ ஒன்று நந்தியின் பிடரியில்

இருந்து நழுவிக் கீழே விழுந்தது. அவள் தந்ததுதான். அதைக் கையிலெடுத்து மீண்டும் இருந்த இடத்தில் வைத்தாள். பின்பு அழுத்தமாக, “ஒண்ணும் கேக்கத் தோணல...” என்றாள்.

சொன்ன நொடி சிரிப்பு வந்து விட்டது. சிரித்தபடி நெற்றியில் அலைந்த முடியைச் சரிசெய்துவிட்டு நகர்ந்தவளை,

“இரேன் போகலாம்” என்று நந்தி நிறுத்தியது.

“எல்லாரும் போயிட்டாங்க.”

“அவங்க போவாங்க. அது வேற. நீ போய் என்ன பண்ணப் போற...?”

அவள் பதில் பேசாமல் மஞ்சள் விளக்கொளி சிந்திய தரையில் திரண்டு கிடந்த அதன் நிழலைப் பார்த்துக்கொண்டேயிருந்தாள்.

★★★

வெக்கை

புவனா மார்புகளின் மேல் கைவிரல்களைக் கோர்த்தபடி கிடந்தாள். கால்கள் அகன்று விரிந்திருந்தன. புடவையை முழங்காலுக்கு மேலே நன்றாக இழுத்துவிட்டிருந்தாள். காற்று தாராளமாய் உள்நுழைந்து அந்தரங்கப் பிரதேசத்தைத் தடவிச் சென்றபோது இதமாயிருந்தது. அதனால் உண்டான சிலுசிலுப்பில் எரிச்சல் சற்று மட்டுப்பட்டது போலிருந்தது.

மறுநிமிடம் டேபிள்ஃபேன் கிறீச்சிடலுடன் சட்டென நின்று போக புவனா முகம் சுளித்தாள். மேலே சுழலும் மின்விசிறியும் தனதியக்கத்தை நிறுத்தியிருந்தது. படுத்து பத்து நிமிடங்கள் கூட ஆகியிருக்கவில்லை. பிள்ளைகள் அடுத்த இருபதாவது நிமிடம் வந்துவிடுவார்கள். அவர்கள் வந்தபிறகு குந்தி உட்கார நேரமிருக்காது.

அலுவலகம் முடிந்து வந்ததும் கிடைக்கும் அரைமணி நேரம் அவளுக்கானது. அந்நேரத்தில் வெறுமனே கிடப்பதைத் தவிர அவளுக்கு வேறென்ன பெரிதாய் ஆசை இருந்துவிடப்போகிறது. யோசிப்பதுகூட அவளைப் பொறுத்தமட்டில் வேலை செய்வதுதான். அதனால் எதுவுமற்ற ஒன்றாய்க் கரைந்து விடவே அவள் விரும்புவாள். புடவையைக் களைந்து நைட்டி

உடுத்திக்கொள்ளக்கூட தோன்றாது. சிறுநீரை அடக்கும் தந்திரம் அவளுக்குத் தெரியும்.

பள்ளியில் படிக்கும்போது கழிவறைக்குச் செல்ல அசிங்கப்பட்டு அடக்குவாள். அதுவே பின்பு பல நேரங்களில் பழக்கமாகிப் போனது.

அக்கடாவென்று கிடக்கும் நேரங்களில் முட்டிவரும் சிறுநீரை அப்படி அடக்கிவிடுவாள். முப்பது நிமிடங்களில் ஒரு நிமிடத்தைக்கூட இழக்க அவளுக்கு மனம் வந்ததில்லை. கடிகாரத்தில் பெரியமுள் ஐந்து நிமிடங்களைக் கடந்திருந்தது.

“காளியால போறவனுவோ... நேரங்கெட்ட நேரத்துல இப்படி கரண்ட்ட நிறுத்தி என் பாவத்தக் கொட்டுறானுங்களே.”

குரல் நடுங்கியது. விரல்களால் தொடையைத் தடவிக்கொடுத்தாள்.

உலர்ந்த சதைபோல தோல் காய்ந்து வறவறவென்றிருந்தது. எரிச்சலோடு எழுந்தமர்ந்தாள். கால் அகட்டியவாக்கில் குனிந்து தொடைகளை உன்னித்தாள்.

‘இரண்டு பக்கமும் ரோஜாப் பூக்களை யார் பறித்துப்போட்டது’ தலையிலடித்துக்கொண்டாள்.

சட்டென மின்விசிறி சுழலத் தொடங்கியதில் புடவை பறந்தது. புவனா டேபிள்ஃபேனை கால்களுக்கு வெகுஅருகாமையில் நகர்த்தி வைத்து முழங்கால்களை மடக்கிப் பாதங்களை ஊன்றிப் படுத்துக்கொண்டாள். காற்றின் வீச்சு அதிகமாய் இருந்ததை உணரமுடிந்தது.

‘இவ்ளோ நாளும் இது தெரியாம போச்சே...’

முனகிக்கொண்டாள். காலையில் அலுவலகம் கிளம்பும்போதே க்ரீமை வழித்து இருபுறமும் தடவிக்கொள்வாள். மதியம் சாப்பிட்டான பிறகு சிறுநீர் கழித்துவிட்டு ஈரத்தை நன்றாகத் துடைத்தபின் இன்னொருமுறை க்ரீம் அபிஷேகம் நடக்கும். இருந்தும் கனத்த தொடைகளுக்கு அது போதவில்லை. க்ரீமின் வழுவழுப்பு குறையத் தொடங்கியதும் தொடைகள் உரசி, உரசி சிவப்பைப் பூசிக்கொண்டன.

தீப்பற்றிக்கொண்டது போல அவ்விடம் எரியும்போது புவனா அழுகையை விழுங்குவாள். மல்லிகைத் தண்டாட்டம் தொடை இருந்த காலத்துக்கு நினைவு செல்லும்.

“ஒடம்புல சதை எங்க இருக்கு. வயசுப்புள்ள இப்புடியா ஒடிஞ்சி வுழுறாப்ல இருக்கறது...” என்று அத்தை பார்க்கும்போதெல்லாம் திட்டுவாள்.

பூசினாற்போன்றிருக்கும் பெண்களைப் பார்க்கும்போது ஏக்கமாயிருக்கும். அதுபோல தானும் ஆகவேண்டுமென்ற வெறி எழும். கைகளைப் பிடித்துப்பார்ப்பாள். கட்டை விரலும், ஆள்காட்டி விரலும் எளிதில் தொட்டுக்கொள்ளும்போது எரிச்சலுண்டாகும். விரல்களைக் கையில் படாமல் சற்று தூரமாக வைத்து,

‘இன்னும் இவ்ளோ சதை போடணும். போட்டா அழகாயிருவேன்’ என்று சொல்லிக்கொள்வாள்.

‘ஏ பூனா, மேக்காத்து அடிக்குதுடி. பாத்து பத்தரமா போ’ என்று அண்ணன் கிண்டல் செய்வான். ஒருமுறை ஒரு கருங்கல்லைக் கொண்டுவந்து கொடுத்து, ‘இத பைக்குள்ள போட்டுக்கிட்டு ஸ்கூலுக்குப் போ. இல்லாட்டி பறந்துருவ...’ என்றான் அப்பாவியாக முகத்தை வைத்துக்கொண்டு.

‘இந்தக் கல்லால உன்னை இறுக்கிருவேன்டா...’ புவனா கத்தினாள்.

பெரியவளான பிறகு இயல்பாக பூத்த பெண்மை உடலில் அழகுகளை மிளிரச் செய்தது. உடல் மலர்ந்து அழகுகள் ததும்ப நின்ற பருவ வயது கண்முன் வந்தது. புவனா விழியோரம் துளிர்த்த சிறு துளியைத் துடைத்துக்கொண்டாள். ஆரம்பத்தில் என்ன செய்யலாம், எப்படிக் குறைக்கலாம் என்று பரபரத்த மனசு போகப்போக கூடைக்குள் கவிழ்த்த கோழிபோல அடங்கிப்போனது.

புவனா எழுந்துவிட்டாள். கால்களை அகட்டி தொடையிடுக்கில் உள்பாவாடையைச் செருகிக் கால்களால் அணைப்பு கொடுத்தபடி சமையலறைக்கு வந்தாள். ஒரு ஃபில்டர்

காபியின் ஆசுவாசம் அந்நேரத்துக்குத் தேவையாயிருந்தது. இயலாமையின் உச்சத்திலிருக்கும்போது பொத்தென்று சரிந்து விடாமல் மெல்லிய தென்றலின் வருடல் தாங்கி இதம் தரும் என்பது போலதான்.

சூடான காபி தொண்டைக்குள் கிடந்த விம்மலைத் தணித்து உள்ளிறங்கியது. சோஃபாவின் கைப்பிடியில் சரிந்து கால்களை நீட்டிவிட்டுக் கொண்டபோது அப்படியே அமர்ந்திருக்கலாம் என்று தோன்றியது. உடல் விரிவடைந்ததில் மார்புகளும் பின்பக்கமும் பெருத்துவிட்டன. அதென்னவோ அப்படியொரு உடல்வாகு அவளுக்கு.

‘அம்பாசிடர் கார் வருதுடோய்...’

ஒருமுறை இரண்டு கைகளிலும் கனத்த பைகளோடு தெருமுனையில் திரும்பியபோது ஒருகுரல் சத்தமாய் ஒலித்தது. இளவட்டமான குரல். புவனாவுக்கு நடுநெஞ்சில் சில்லென்றது. நின்று சத்தம்போட்டால் ஓட்டம் பிடிக்கக்கூடும். கால்களில் ஏற்பட்ட நடுக்கம் அவளை விரட்டித் தள்ளிற்று. வெறிச்சோடிக் கிடந்த தெருவில் கண்கள் முளைத்துவிட்ட தினுசில் அவள் கிட்டத்தட்ட ஓடினாள். முதுகு கூசிற்று. முந்தானையை பின்பக்கம் நன்றாக இழுத்துவிட்டுக்கொள்ள முடியாது பைகள் இறுக்கியதில் அலமலந்து போனாள்.

வீட்டிற்கு வந்து ஒருபாட்டம் அழுது தீர்த்தாள். யாருமில்லாத வீடு அனுசரணையான உணர்வைக் கொடுத்ததில் நன்றாகத் தேம்பித் தேம்பி அழுதாள். அதன்பிறகு நடந்து செல்வதை அறவே தவிர்த்தாள். அடுத்த தெருவுக்குச் செல்ல வேண்டியிருந்தால்கூட வண்டிதான்.

புவனா தினமும் குளியலறைக்குள் ஒரு பாட்டம் அழுவாள். சோப்பு தேய்ப்பது போல அதுவும் வாடிக்கையான ஒன்றாகிவிட்டிருந்தது. உள்ளிருந்த வாஷ்பேசினுக்கு மேலே தொங்கிய ஓவல் வடிவ கண்ணாடி கழுத்து வரை காட்டும். உட்கார்ந்து துணி துவைக்க வசதியாக ஒரு ஆரஞ்சு நிற ஸ்டூலைப் போட்டு வைத்திருப்பாள். அதில் ஏறி நின்று பார்ப்பாள்.

பருத்த கைகளும், கனத்த முலைகளும் அடிவயிற்றிலிருந்து அழுகையைப் பீறிடச் செய்யும்.

“இன்னிக்குப் பாக்கவே மாட்டேன்.”

கதவைத் தாழிடும்போது சொல்லிக்கொள்வாள். உடை களையும்போதும் அதே எண்ணத்திலிருப்பாள். நீரூற்றிக் கொள்ளும்போது எதேச்சையாகத் திரும்புவதுபோல் திரும்புவாள். மூலையில் கிடக்கும் ஆரஞ்சு ஸ்டூல் கண்ணில் பட்டுத் தொலைக்கும்.

“பாத்ரூம்ல செருமுற சத்தம் கேட்டுச்சு...” ஒருமுறை சுந்தர் கேட்டான்.

“அண்ணாந்து மொகத்துல தண்ணி ஊத்திக்கிட்டப்ப வாய்க்குள்ள தண்ணி போய் புரை ஏறிடுச்சு...”

எதையோ வாயில் வந்ததைச் சொல்லி சமாளித்தாள்.

பலவீனத்தை உடைத்துக் காட்ட தயக்கமாயிருந்தது. பதினைந்து வருட தாம்பத்தியத்திலும் அதென்னவோ மனசு கூடிவர வில்லை.

தொளதொள காட்டன் நைட்டி அவ்வளவு இதம். காற்று தாராளமாய் உள்புகுந்தபோது சாயங்காலக் குளியல் குளித்திருந்த உடல் மேலும் குளிர்ந்தது. பிள்ளைகளை அரமடக்கியபோது மணி ஆறரை.

புவனா இரவு எப்போது வருமென்று எதிர்பார்த்தாள். உள்பாவாடையையும், பிராவையும் உருவி எறிந்துவிட்டுப் படுத்துக்கொள்ள அவளுக்கு இரவு தேவையாயிருந்தது. உறக்கம் இரண்டாம் பட்சம்தான். அறைக்குள் வந்து கதவைத் தாளிட்டதும் இரண்டையும் களைந்துவிட்டு அக்கடாவென்று படுத்துக்கொள்வாள். மார்புகளுக்கு அடியில் சலசலக்கும் வியர்வை நமநமக்க வைக்கும்.

சுந்தருக்கு முதுகுகாட்டி படுத்தபடி ஜிப்பை கீழிறக்கி இருபக்கமும் சொறிவாள். ஆரம்பத்தில் சுகமாயிருக்கும். போகப்போக எரிச்சலுண்டாகும். சொறிந்த இடம் சிவந்துபோகும். பிராவின்

எலாஸ்டிக்பட்டை உரசும்போது சொல்லமுடியாத வேதனையில் மனசு தவிக்கும். ஒருநாள் முன்னேரமே பிராவைக் கழற்றி விட்டிருந்தாள். பிள்ளைகள் கவனித்துவிடாமலிருக்க அதிராமல் நடந்தாள்.

‘வளர்ந்த பசங்களை வச்சிக்கிட்டு இதென்ன இல்லாத புதுப்பழக்கமெல்லாம். அசிங்கமாயில்ல...’

சூழ்நிலையை மோசமாக்க முகச்சுருக்கமும், சில சுள்ளென்ற வார்த்தைகளும் போதும். அதனால் உண்டாகும் மனச்சிதைவிலிருந்து மீண்டெழ எவ்வளவு மணித்துளிகள் விரயமாகின்றன... வைத்த இடத்தை விட்டுவிட்டு வேறெங்கெங்கோ தேடும் மனசு கண்ணெதிரே உள்ள பொருளைக் கண்டடைய எவ்வளவு பிரயாசைப்படுகிறது.

புவனா தோசைத்திருப்பியைத் தேடிக்கொண்டே நின்றாள். மூன்றாவது தோசையை எடுக்க தோசைத்திருப்பி இல்லை. அது எங்கோ மாயமாகிவிட்டிருந்தது. அடுப்பை சிம்மில் வைத்துவிட்டு அங்குமிங்கும் அலைபாய்ந்தாள்.

“அம்மா தோசை வருமா, வராதா...?”

மகள் குரல் கொடுக்க திரும்பிப் பார்த்தவள், டைனிங்டேபிள் மேலிருந்த தோசைத்திருப்பியைக் கண்டு பெருமூச்சுவிட்டாள்.

உள்குவிந்த இயலாமை உணர்வு ஒட்டுமொத்தமாய் உடலின் மீதான வன்மத்தைப் பெருக்கியது.

“அசிங்கமாயில்ல...”

அழுத்தமாய் வந்து விழுந்த அந்தச் சொல்லை உதிர்த்த வாய் இருளில் காமத்தோடு உறிஞ்சும்போது சொற்களைத் துறந்த வாய்போல இயங்குவதில் அவள் அந்நேரத்திலும் ஆச்சரியப்பட்டாள். அந்தக் கீழுதட்டில் சுளீரென்று சுண்டி விட்டால் எப்படியிருக்கும் என்றெண்ணியபோது குளிர்ந்த நீரை மேலே ஊற்றிக்கொண்டதுபோல உடல் குளிர்ந்தது. மனசும் சற்று ஆசுவாசப்பட்டது.

“ ஒடம்பு பெருத்துக்கிட்டே போவுது. இத்தினிக்கும் முப்பத்தஞ்சு

வயசுதான் ஆவுது. இதுக்கே மேல்மூச்சு கீழ்மூச்சு வாங்குறா. இன்னும் சொச்சகாலம் எப்படிப் போவுமோ...”

அம்மா சொல்லும்போது அவளுக்கும் அந்த எண்ணம் உள்ளே ஓடும். உடன் படித்த வசந்தியும் ஈஸ்வரியும் எப்படியிருக்கிறார்கள் என்று தெரிந்துகொள்ள ஆவல் எழும். அம்மாவே ஒருமுறை சொன்னாள்.

“ஈஸ்வரியும் வசந்தியும் அன்னிக்குப் பாத்தாப்ல அப்படியே இருக்குதுவோ. பட்டீஸ்வரன் கோவில் கும்பாபிஷேகத்துக்கு வந்துச்சுவோ. பாத்துப் பேசிக்கிட்டிருந்துட்டுதான் வந்தேன்.”

புவனாவுக்குள் சொத்தென்று எதுவோ முறிந்துவிழுந்தது. அலைபேசித் தொடர்பைத் துண்டித்துக் கீழே வைத்துவிட்டு இடதுகையை மடக்கி நெற்றியில் குத்திக்கொண்டாள். கொஞ்சம் அழவேண்டும் போலிருந்தது. அழுகை அவளுக்கு அவ்வளவு சாசுவதமாயிருந்தது. நினைத்த நேரத்துக்கு டாணென்று வந்து நின்றது.

‘அழுவாதடி... எதுக்கு அழுவுற...’

‘நான் அப்படித்தான் அழுவேன். ஒனக்கென்ன போ...’

‘சரி அழுவு...’

“அதுக்குதான் பொறந்துருக்கனா நான். எந்தலையெழுத்து...”

வந்த வேகத்தில் அழுகையை நிறுத்தவும் அவள் கைவரப் பெற்றிருந்தாள். அவசரம் அவசரமாக இருகைகளாலும் கண்களைத் துடைத்துக்கொண்டாள்.

“ கண்ணு ஏம்மா செவந்திருக்கு...அழுதியா...?”

மிக அருகில் வந்து உற்றுப் பார்த்துவிட்டு மகன் அடிக்குரலால் கேட்பான். புவனாவுக்குக் கோபம் பொங்கும்.

“ஓடிப்போயிரு... இல்லாட்டி வெளுத்துருவேன்.”

கத்துவாள்.

‘நான் ஏன்டா அழப்போறேன்.’

இதமாய்ச் சொல்லிவிடலாம். ஏனோ அப்படியொரு தன்மைக்குள் இலகுவாகத் தன்னைப் பொருத்திக்கொள்ள அவள் படாதபாடு பட்டாள். இயல்பில் அவள் பொறுமைசாலிதான்.

‘புவனாகிட்ட புடிவாதமே கெடையாது’ என்பார்கள்.

‘யாருக்குக் குடுத்து வச்சிருக்கோ’ என்றுகூட சொன்னதுண்டு. இப்போதும் அப்படித்தான். இருந்தும் சில நேரங்களில் உடல் சார்ந்த சிந்தனைகள் எழும்போது தன்வயமிழந்து நின்றாள்.

“ஓங்கூருக்கு வரணும்னா பஸ்ச புடிக்க வேணாம். ஓம்பின்னாடி ஏறி ஒக்காந்துகிட்டு வந்துரலாம்.”

ஜோக்கடித்ததாய் எண்ணி மாமா சத்தமாய் சிரித்தபோது புவனா தனக்குப் பெரிதாய் பாதிப்பில்லை என்பதுபோல் இடுப்பில் கை வைத்து எதையோ யோசித்துக்கொண்டிருப்பதாய் பாவனை செய்தாள். விசேஷம் முடிந்த வீட்டில் திரண்ட கூட்டமில்லையென்றாலும் ஒன்றிரண்டு பேர் அமர்ந்திருந்தனர். அவர்கள் ஒவ்வொருவரும் ஒவ்வொரு பாவனையில் சிரிப்பை அடக்கினர்.

புவனா வளையலை மேலே இழுத்துவிட்டுக்கொண்டாள். இமைகளைச் சிமிட்டாது வேலியில் செல்லும் ஓணானை உறுத்து நீரை அடக்கினாள். கொட்டிவிட்டால் கெட்டுப்போய்விடும் மனது. கெட்டியமாக இறுக்கிப் பிடித்ததில் அது திமிறிக்கொண்டு கிடந்தது. ஒருநூல் இடைவெளி விட்டாலும் அறுத்துக்கொண்டு கண்களைப் பொழிய வைத்துவிடும். தனியே அழுவதுபோல எவரெதிரிலும் அழுவது சுகமானதாயில்லை அவளுக்கு. உடைந்துவிட்டால் பின்பு தேறுவது எப்படி....

“வாக்கிங் போவணும். சாயந்தரம் வந்ததும் விரிச்சிக்கிட்டு படுத்துக்கிடந்தா ஆச்சா....”

சுந்தருக்கு அவள் முதுகுகாட்டி நின்றிருந்தாள். விளக்கை ஏற்றிய கை எரிந்த குச்சியை விடாது அழுந்த பற்றியிருந்தது. விளக்கின் தழல் தொடையிடுக்கில் பிரகாசித்துச் சுடர்விட்டது. சுடரின் அனல் இருள் பிரதேசத்தின் பெண்மையைச் சுட்டுப் பொசுக்கிற்று.

வீடு அமைதியாயிருந்தது. காற்றுகூட குறைவுதான். விளக்கின் முன்னே புவனா நின்றிருந்தாள். தீபத்தின் ஒளி படிந்ததில் எண்ணெய் மினுமினுப்பேறிய முகம் பிரகாசித்தது. எதுவும் பேசாத உதடுகளை அவள் பொருத்திக்கொண்டிருந்தாள். திரும்பி நின்று தன்னிலை விளக்கமளிக்கத் திராணியில்லை. சட்டென்று விழுந்த சொல்லில் நலுங்கிவிட்ட மனதைத் திரும்பவும் அவ்விடத்தில் பொருத்திக்கொள்ள ஒரு இரண்டு நிமிடங்களாவது ஆகாதா...

அந்த இடைப்பட்ட நேரத்தில் ஏதாவதொரு சுலோகத்தைப் பாடினால்தான் என்ன.... பித்தா பிறைசூடி கூட பாடலாம். மனம் அதனிடத்தில் அமையும்போது கொந்தளிப்பு அடங்கியிருக்கும். அதற்கு நிச்சயமாக ஒரு பாட்டு வேண்டும். விறுவிறுவென்று உள்ளே ஓடிய வரிகளைக் கைகூப்பிக் கிசுகிசுத்தாள்.

மகள் பிறந்தபிறகு ஏற்பட்ட உடல் விரிவு மகனுக்குப் பிறகு இன்னும் மோசமாகிப்போனது.

'இந்தச் சனியன்களால வந்தது...'

அறைவாசலில் நின்று கண்களை மூடிக்கொண்டாள். மகள் நிமிர்ந்து பார்த்துப் புருவம் சுருக்கிவிட்டு புத்தகத்தைத் கூர்ந்தாள்.

'இதுங்க பொறக்காம இருந்திருந்தா நான் கொடியாட்டம் இருந்திருப்பேன்.'

அறைக்கதவை அறைந்து சாத்திவிட்டு வந்து சோஃபாவில் அமர்ந்தாள். உள்வெக்கை தணிய சில நிமிடங்களாயிற்று. இறுதி நிமிடத்தின் விளிம்பில் முணுக்கென்று விழிகளில் அது எட்டிப் பார்த்தது.

'எம்புள்ளைங்க... அதுங்களப் போயி...'

இருகைகளாலும் முகத்தை மூடிக்கொண்டாள்.

'சாப்பாடெல்லாம் ரொம்ப கெடையாது. ரெண்டு இட்லி அல்லது ரெண்டு தோசை. சாதம்னா இந்த இம்மாஞ்சாதம்... அதுக்கு மேல உள்ள எறங்காது.'

அம்மாவுக்குப் பொறுக்காது. யாரைப் பார்த்தாலும் சொல்லிவிட வேண்டும்.

‘கழுத்தெலும்பு தெரியுதேன்னு அவங்கப்பா கவலைப்படுவாரு. பெரியவளானப்புறம் ஒடம்பு போட்டுச்சு. அதுவும் அளவோட பாக்க நம்ம சித்தாரா ஜாடையில இருப்பா. இப்பதான் ஒரேயடியா பெருத்துப்போயி மோசமாயிட்டா...’

அம்மா எப்போதும் அம்மாவாகவே இருந்துவிடுகிறாள்.

ஆனால் அதுகூட சில நேரங்களில் மிகையாகிப்போனது.

‘பாக்குறவங்ககிட்டயெல்லாம் பொலம்பாதம்மா...’ என்று கெஞ்சவைத்தது.

‘மனசு கேக்கலடி.... வயித்தெரிச்சலா இருக்கு. இந்தத் தேனை வெந்நீர்ல கலந்து குடிச்சா ஒடம்பு இளைக்குங்கறாங்களே. அந்தமாதிரி செஞ்சிப்பாரேன்.’

ஒவ்வொரு தடவையும் ஏதாவது ஒரு வழிமுறையை அவள் சொல்லத் தவறுவதேயில்லை. புவனா அலுப்புடன் தலையாட்டி வைப்பாள். கைவைத்தியமுறை ஏராளம் முயற்சித்துப் பார்த்த பிறகு தெளிவு பிறந்துவிட்டது, இனி இதுதான் சாசுவதமென்று.

உருமாற்றம் உணர்வுகளை மாற்றிவிடவில்லை. பெண்மை உணர்வின் அழகிய வடிவமாய் மென்மலரொன்று மலர்ந்தே கிடந்தது. அதன் பிரிந்த இதழ்களும் கசிந்த மணமும் தனித்துவமிக்கதாக இருந்தபோதிலும் அதில் சுகித்துக் கிடக்க சுந்தருக்குக் கொடுத்து வைத்திருக்கவில்லை. புவனா மணி பார்த்தாள். நாலரையாக அரை மணி நேரமிருந்தது.

உடல் சோர்ந்துபோயிருந்தது. செஞ்சாந்து ஒழுகலில் ஒருவித அசூயையோடு வீட்டுக்குக் கிளம்ப எந்நேரமும் தயார் நிலையிலிருந்தாள். நாப்கினின் கூடுதல் உராய்வில் தொடைகள் திகுதிகுத்தன. கால்களை அகட்டி வைத்துக்கொண்டதில் கொஞ்சம் தேவலாம் போல உணர்ந்தாள். வீட்டுக்குப் போய் கிடந்த கோலத்திலிருக்க வேண்டும் போலிருந்தது. ஆசுவாசப் புள்ளி அது. தோள்தட்டி தரும் ஆசுவாசம். ஒருவாரமாக

அவள் உடை முழுவதும் களைந்துவிட்டு நிர்வாணமாகக் கிடந்தாள். பாவாடை நாடா இறுக்கிய இடுப்பும், பிராவுக்குள் திக்கித் திணறிய மார்புகளும் இதமான காற்றின் தழுவலில் சில்லிட்டன.

எப்போதாவது கோவிலிலோ, பேருந்திலோ கூட்டத்தில் நெறிபடும்போது உடன் நிற்பவர்களின் முக விலகல் உள்ளொளிர்ந்த உணர்வை அவியவைக்கும். அப்போதுதான் நேர்மறை உணர்வுகளைத் திரட்டி சுகமான நினைவுகளை சல்லடையிட்டு சலித்து அதனைக் கலந்து நல்லதொரு மனப்பக்குவத்துக்குத் தன்னை ஆட்படுத்தியிருப்பாள். இது காலையில் பெரும்பாலும் நடக்கும் நிகழ்வுதான்.

படுக்கையிலிருந்து எழாமல் நேராகப் படுத்தவாக்கில் கைகளைக் குவித்து மேற்கூரையைப் பார்த்தபடி, அன்று முழுக்கத் தளர்ந்த நிலையில் மகிழ்வோடு இருக்கப்போவதாய் மெல்லிய குரலில் கூறிக்கொள்வாள். இரவு படுக்கைக்குப் போகும்போது அப்படியொரு எண்ணம் ஏற்பட்டதையே மறந்திருப்பாள்.

கல்யாண ஆல்பம் கையில் கனத்தது. மெதுவாக ஒவ்வொரு பக்கமாக விரிய விரிய பதினைந்து வருடங்களுக்கு முன்பான மணக்கோலக் காட்சிகள் கண்முன்னே வந்தன. அடர்சிவப்பு நிறத்தில் சரிகை ஓடிய பட்டுப்புடவை உடுத்தி, சிலைபோல சுந்தருக்குப் பக்கத்தில் வெட்கத்தோடு நின்றிருக்கும் அந்த உருவத்தில் தன்னைப் பொருத்திப் பார்க்க மனம் ஒப்பவேயில்லை.

ஆள்காட்டி விரலை அவ்வுருவத்தோடு வைத்துப் பார்த்தாள். சடக்கென விரலையெடுத்து உள்குவிந்த கோப உணர்வில் கையை இறுக மூடிக்கொண்டாள். மெரூன் நிறத்தில் லிப்ஸ்டிக் போட்டு அதே நிறத்தில் பொட்டும் வைத்துச் சிமிழ் போல நின்றவளைக் கண்கள் வெறித்தன. கல்யாண ஆல்பம் கையிலெடுத்தபோது இருந்ததை விட இப்போது ஏகத்துக்கு கனத்தது.

தெருவில் மணிச்சத்தம் கேட்டது. சுந்தர்தான் முதலில் கவனித்தான்.

“யானை வருது. சீக்கிரம் வாங்கப்பா...”

பால்கனி வழியே பார்த்துவிட்டுக் கூவினான். பிள்ளைகள் புத்தகங்கள் சிதற எழுந்தோடினர்.

“எவ்ளோ பெரிய யானை...” மகன் வீறிட்டுக் கத்தினான்.

“நான் சின்னவயசுல யானை மேல ஏறியிருக்கேன் தெரியுமா?”

“நெஜமாவா...?”

“ப்ராமிஸ்... ரொம்ப த்ரில்லிங்கா இருந்துச்சு. இறங்கவே மனசில்ல.”

“காசு குடுக்கலாமாப்பா...?” மகள் ஆர்வமாய் கேட்டாள்.

“குடுக்கலாமே... வாங்க கீழ போவோம்” மூவரும் அவசரம் அவசரமாகக் கடந்து போயினர்.

“நீயும் வர்றியாம்மா...?”

மகன் நின்று கேட்டுவிட்டு பதிலை எதிர்பார்க்காமல் ஓடினான். புவனா பேசாமல் அமர்ந்திருந்தாள். ஐந்து நிமிடத்தில் மூவரும் மேலேறியிருந்தனர்.

“யானை ரொம்ப அழகுல்ல. பாக்கவே ஆசையாயிருக்கு.”

“அழகுக்குட்டி...”

பற்களை அழுந்த கடித்து மகள் எதிரே இல்லாத யானையைக் கொஞ்சினாள்.

“அது பின்பக்கத்தை ஆட்டி ஆட்டிப் போச்சு பாரேன். ஸோ க்யூட்...”

சுந்தர் குழந்தைகளுக்கு இணையாகக் குதூகலித்தான்.

புவனா புத்தகம் வாசிப்பதுபோல் முகத்தை மறைத்தபடி சிரித்துக்கொண்டிருந்தாள்.

★★★

பெண்டுலம்

ஒளி சிந்திவிட்டதுபோல விரிந்து கிடந்தது. அதில் ஜன்னல் கம்பிகள் நிழல் கோடுகளைப் பரத்தியிருந்தன. தங்க ஒளி என்றால் அது வெயில். பகல் பொழுதின் தெருக்களில் விச்ராந்தியாய் விழுந்து கிடக்கும். பாலொளி என்றால் அது நிலவின் சாறு. மஞ்சள், வெள்ளை ஒளியின் கீற்றுகள் நாட்களைத் தின்று செரிக்கின்றன.

"என்ன இங்க வந்து ஒக்காந்துட்ட....?"

சட்டென்று தூக்கிவாரிப்போட்டது. ஜீவா கைகளைக் கட்டி நின்றிருந்தான். கண்கள் கூர்மையாக அவளை உன்னித்தன. அபி இயல்பாக இருப்பது போல காட்டிக்கொள்ள புருவங்களுக்கு மத்தியில் நடு விரலால் நாசூக்காகச் சொறிந்துகொண்டாள். அவன் அருகிலமர்ந்து அவள் கையைப் பிடித்திழுத்து மடியில் வைத்துக்கொண்டான். யோசித்ததைச் சொன்னால் சிரிப்பான்.

"இப்படியே யோசிச்சு, யோசிச்சு நியூட்டன் மாதிரி எதையாவது கண்டுபிடிச்சிடப்போற..." என்றான் திருமணமான புதிதில்.

"இன்னிக்கு என்ன புதுசா...?"

அபி உதடுகளுக்குள் சிரித்தாள்.

“சும்மா சொல்லேன்.”

“ஒளியைப் பத்தி.”

“சரிதான். சமையல் பத்தி, சினிமா பத்தி, பக்கத்துவீட்டு நீலா வாங்கின புடவை பத்தியெல்லாம் யோசிக்கிறதில்ல...”

“என்னவோ தோணுச்சு.”

அபி அவன் தோளில் சாய்ந்துகொண்டாள். விடுமுறை நாட்களில் ஆற அமர எழுந்து சாவகாசமாக வேலை செய்வது ஒரு சுகம். அதனூடே சன்னமாக இழையும் நினைப்பு சட்டென உள்ளே இருள் கவிய வைக்கும்.

“வெயிலைக் கொண்டாடணும் போல இருக்கு...”

கீழே பார்த்தபடி சொன்னாள்.

“ஒரு தங்க சரிகை போட்ட சால்வையைப் போர்த்தி விடலாமா...?”

ஜீவா தலையாட்டிக் கேட்டான்.

“அதுவே தங்க சால்வை மாதிரிதான் விரிஞ்சு கெடக்கு.”

அவள் அப்படிப் பேசிக்கொண்டிருந்தால் நன்றாயிருக்கும் என்று தோன்றியது. புடவைக் கொசுவங்கள் சுருங்கி ஈரமாயிருந்தன. பஞ்சு போல மெத்மெத்தென்ற கொசுவங்கள் ஈரத்தன்மையுடன்... வாடிய ரோஜா இதழ்களின் பதம். ஜீவா கையளவு கொத்தாக அள்ளிப் பற்றிக்கொண்டான்.

“ஏற்கெனவே கசங்கியிருக்கு. அதை இன்னும் கசக்குறீங்க.”

“போவுது, இப்பப் பொண்ணு பாக்க வர்றாங்களா என்ன.”

குனிந்து முகர்ந்து பார்த்தான். ஒருவித மெல்லிய வாசம். அவளுக்கான வாசம். அபியின் ஐந்து வருட வாசம்.

‘சேலை கட்டும் பெண்ணுக்கொரு வாசமுண்டு, கண்டு கொண்டேன்...’

தலையாட்டிப் பாடினான். அபி பேசாதிருந்தாள். இப்படித்தான்

திடீரென்று மௌனக்குழிக்குள் ஆழப் புகுந்துகொள்வாள். தலை கவிழ்ந்து இலக்கில்லாமல் வெறிப்பாள்.

“எப்ப சாத்தியமாகும் ஜீவா...?” என்ற கேள்வி எப்போதாவது வந்து விழும். ஒரே கேள்வி. எப்போதும் மாறாத சொற்றொடர்.

“ஒங்களுக்குத் தெரியுமா ஜீவா... அக்காவுக்கு அம்மு பொறந்தால்ல. அப்ப காலேஜ் முதல் வருஷம் படிச்சிக்கிட்டிருந்தேன். குழந்தையைத் தூக்க பயமாயிருக்கும். அம்மாட்ட மெல்ல மடியில படுக்க வைக்கச் சொல்லுவேன். அம்முக்குட்டி பஞ்சு மாதிரி மடியில கெடந்து ஒடம்ப முறுக்கும். அக்கா திடீர்ன்னு கொழந்தைய குடுக்கச் சொல்லிப் பரபரப்பா. அவ மார்க்காம்புலேர்ந்து சொட்டு சொட்டா பூ உதிர்றாப்ல பால் உதிரும். சில சமயம் இந்தப் பக்கம் கொழந்தை குடிக்கிறப்ப அந்தப் பக்கம் சொட்ட ஆரம்பிச்சிரும். அம்மா அப்பாவோட வேட்டியைச் சதுரமா கர்சீப்பாட்டம் கிழிச்சி வச்சிருப்பாங்க. அக்கா அதை மடிச்சு அழுத்திப் புடிச்சிக்குவா. அதைப் பாக்குறப்ப படபடப்பா இருக்கும்.”

கடகடவென்று ஒருமுறை சொல்லி முடித்துவிட்டாள்.

ஜீவா, “சரிம்மா விடு” என்றான்.

“இட்லிக்கு சிவப்புச் சட்னி அரைக்கட்டுமா?”

அபி எழுந்து கசங்கிய கொசுவங்களைத் திருத்தினாள்.

“வேணாம். மொளகாப்பொடி எண்ண போதும்.”

“ஆனா என்னால சாப்பிட முடியாது.”

சிரித்தபடி நிலைப்படி தாண்டிப் போனாள்.

இருளிலிருந்து ஒளிக்கு, அதிலிருந்து இதற்குச் சட்சட்டெனத் தாவிவிடும் மனோபாவம். சிரித்த சிரிப்பின் நுனியில் ஒரு துளி ஈரப்பதமிருக்கும். அது மொத்த சிரிப்பிலும் பரவி நனைத்துவிட்டுப்போகும், சிறு துளி பெரும் பரப்பைக் கலப்பதுபோல. அடுத்தநொடி இயலாமையின் கனத்தைக் கூட்டுவதற்கான அச்சாரம் அது. ஜீவா அதைத் தவிர்க்க

விரும்பினான். திடீர் திடீரென அபி தனிமையிலமர்ந்து கண்கள் மூடி யோசிப்பது கூட தேவலாமென்றிருந்தது.

அபி நகர்ந்து அவனை ஒட்டியவாறு படுத்துக்கொண்டாள். நள்ளிரவில் ஏற்பட்ட விழிப்பில் சொரேரென்றிருந்தது. வெளிச்சம் தரும் தைரியத்தை இருள் விழுங்கிக்கொள்வதாக அவள் நினைப்பாள். அரைகுறை விழிப்பு நிலையில் உண்டாகும் எண்ணம் நடு மார்பில் சில்லிட வைத்து மொத்தத் தூக்கத்தையும் பறித்துக்கொள்ளும். ஜீவாவிடம் மெல்லிய அசைவு தென்பட கனைத்தாள். சில சமயம் பெருமூச்சு விடுவதுண்டு.

“தூக்கம் வரலியா...?”

இடுப்பை வளைத்து அணைத்தபடியே கரகரத்த குரலில் கேட்டான். இரவில் மிதமான உணவுதான். செரிமானப் பிரச்சினையில்லை. இருந்தும் இன்னும் கொஞ்சம் சாப்பிடலாம் எனும்போதே நிறுத்திக்கொள்வதால் உண்டாகும் நிறைவு ஒரு சிறு மகிழ்ச்சியைத் தந்துவிட்டுப் போகும். வயிறு குழைந்து கிடந்தது. சாப்பிட்ட நான்கு இட்லிகள் செரித்திருக்கும் என்று தோன்றியது.

ஜீவாவின் கை இறுக்கியதில், ஐயோ வலிக்கும் என்று சொல்லவேணும் போலிருந்தது. மெல்ல அவன் கையை விலக்கி லேசாய்த் தடவிவிட்டுக்கொண்டாள். தளரப் பிசைந்த சப்பாத்தி மாவு போல அவ்வளவு மிருது. தொப்புளை விரலால் வருடிவிட்டு உள்ளே கொடி ஓடியிருப்பதாய் மலர்ந்தாள். மேலிமைகள் நடுங்க, மிகுதியான வண்ணமேற்றிய நினைவைக் கொஞ்சமும் அலுங்காமல் அப்படியே கிடந்து தொடர விரும்பினாள்.

கொடியின் நுனியில் மலர்ந்த இதழ்களுடன் சிறு மலரொன்று கவிந்து கிடப்பதாய் எண்ணிய எண்ணம் சிலிர்ப்பைத் தந்தது. நீர்ம வெள்ளையில் கருநுணாப்பழங்கள் இமைகள் மூடக் கிடக்குமாயிருக்கும் என்ற கற்பனை சட்டென இரு துளிகளைத் துளிர்க்கச் செய்தது. சிறு செருமலும் நிசப்தத்தைக் குலைத்துவிடும் என்றெண்ணியபோது அச்சமாயிருந்தது.

"எதையும் யோசிக்காம தூங்கு..."

முதுகின் ஏற்ற இறக்கத்தில் ஜீவா கண்டுபிடித்துவிடுவான். ஐந்து வருடங்களில் உடலை மட்டும் அறிந்தவனில்லை அவன். உணர்வின் உள்வெளிப் படிநிலைகளை முற்றிலும் அறிந்தவனாயிருந்ததால் வெளிப்பூச்சுகளை அவன் நம்பியதேயில்லை. அவள் சிரிக்கும்போதெல்லாம் சிரிப்பதில்லை என்பதை அவன் திட்டவட்டமாக அறிந்து வைத்திருந்தான். கடினமான சூழ்நிலைகளில் வெற்றிடத்தை உருவாக்கித் தருவதன் மூலம் அவள் அதில் தன்னை நிரப்பித் தேறிவருவாளென்று நாசூக்காக விலகுவான். இப்போதும் அப்படியே அவளை அனுமதித்து நகர்ந்து படுத்தான்.

எல்லா நேரங்களிலும் ஆறுதல் தேவையிருப்பதில்லை. தன்னைத் தன் உணர்வுகளுக்கு ஒப்புக்கொடுக்க அனுமதிப்பதன் மூலம் மனதை சாந்தமுறச் செய்வது ஒரு நல்ல வழி. அபி இருநீர்ச்சரங்கள் கன்னங்களில் வழியக் கிடந்தாள்.

ஜன்னல் கண்ணாடியில் நிலவு தளும்பியது. அதில் தென்னங்கீற்றுகள் அசைந்தாடின. உறக்கத்தின் சிறு வெடிப்பாய் இந்த விழிப்பு நிலை. அதில் எத்தனையோமுறை கீற்றுகளைப் பார்த்தாகிவிட்டது. பல கீற்றுகள் பழுத்து விழுந்துவிட்டன. விழுந்த கீற்றுகளில் ஈர்க்குகளைப் பிரித்தெடுப்பது கைவந்த கலையாகிவிட்டது. அபி காதுமடலை அழுத்திவிட்டுக் கொண்டாள்.

அக்காவின் மார்க்காம்புகள் நினைவுக்கு வந்தன. பால் சொட்டும் மார்க்காம்புகள். குளியலறையில் எத்தனையோமுறை அழுத்திப் பார்த்து உதடு பிதுக்கியிருக்கிறாள். ஒருமுறை புடவை மாற்றும்போது அறைக்குள் ஜீவா நுழைவதைக் கவனியாது அழுத்திக் கொண்டிருந்தாள்.

"அபி, என்ன பண்ற...?"

சட்டென அவமானமாகிப்போனது.

"மனசை வீணாக்கிக்காத..."

அவ்வளவுதான் சொன்னான். உடனே வெளியேறிவிட்டான். அபி ஜன்னல் கம்பிகளை அழுந்த பற்றிக்கொண்டாள். மூச்சு இழுபட்டு இழுபட்டு வெளியேறியது. வயிறு குலுங்கிற்று. மனதைச் சமநிலைப்படுத்திக்கொள்ள கொஞ்சம் கண்களை மூடிக்கொள்ள வேண்டியிருந்தது.

அப்படியே மூச்சை சீராக்கினால் மேடேறி வந்துவிடலாம். சட்டென அழுகையை நிறுத்த, அழக்கூடாது என்ற ஒற்றைத் தீர்மானம் போதும். அந்த வைராக்கிய எண்ணத்திற்கு இணங்கிவிட்டால் மூட்டம் கலைந்துவிடும். பிற்பாடு இயல்புநிலைக்குத் திரும்பிடலாம். அபி கட்டிலில் சாய்ந்தமர்ந்து கொண்டாள். இடுப்புக்கு மேலே வெற்றுடம்போடு இருப்பது உணர்வுக்கு வர, வெகு சுவாதீனமாய் எழுந்து உடை உடுத்திக்கொண்டாள். இயல்பாய் கதவு திறந்து சமையல்கட்டுக்கு விரைந்தபோது ஜீவா டிவியில் சேனலை மாற்றிக்கொண்டிருந்தான்.

சிந்தும் ஒரு துளி சிவப்பில் அந்த மாதத்தின் ஒட்டுமொத்த எதிர்பார்ப்பும் கையமர்ந்துவிடும். சுரீரென ஒரு மூங்கில் முள் குத்தும் உணர்வு. முகம் கழுவியபிறகு மோவாயை விரலால் வழித்துவிட்டுக் கொள்வதுபோலத் துடைத்தெறிய மனதைத் தயார்ப்படுத்துதல் அபிக்குக் கைவரப்பெறவில்லை. அது தன்னாலேயே அடங்கட்டும் என்று விட்டுவிடுவாள். மீண்டும் ஒன்றிலிருந்து ஆரம்பிக்கவேண்டும். அதுதான் பெரும்பாடு.

“ஒனக்கு வயத்துல மாவெளக்குப் போடுறதா நம்ம குலதெய்வத்துக்கு வேண்டியிருக்கேன். ஒரு ஞாயித்துக்கெழம போயிட்டு வந்துடலாம். வர்றியா...?”

அம்மா அலைபேசியில் ஹலோவுக்குப் பிறகு இதையே கேட்டாள்.

மாவிளக்குகளின் குழிகளில் திரிபோட்டு ஏற்றினால் குமிழ்விடும் துணுக்குச்சுடர் கருமுட்டை போல் கண்களுக்குள் சுற்றிவந்தது. சுடருடன் நீளும் திரி உயிரணு தோற்றம் காண்பித்து இதழ்க்கோடியில் ஒரு சிறு வளைவை உண்டாக்கியது. அடிக்கடி

அப்படியானதொரு நினைவு அவளை ஆக்கிரமித்ததில் அவள் கோவிலுக்கு வரச் சம்மதித்து விட்டிருந்தாள்.

"கோவிலுக்குப் போயிட்டு வந்து ரெண்டு வருஷமிருக்குமா...?"

அபியின் கேள்விக்கு மறுமுனையில் பதிலில்லை. அழுத்தமானதொரு கேள்வியை விட்டெறிந்து அந்தப்புரத்து மனதைப் பதம் பார்த்ததில் ஒருவிதத் திருப்தி உண்டாயிற்று.

"ஒரு கொறையுமில்லேன்னுதான் டாக்டரம்மா சொல்றாங்களே. சிலபேருக்கு ஒடனே பொறந்துடும், சிலருக்குத் தாமதமாவும். நம்பிக்கையோட இருக்கணும். அப்பதான் நல்லது நடக்கும்."

ஒருமுறை சன்னமாகக் குரல் ஒலித்தது. அபி எதிர்வினை யாற்றவில்லை.

பதினைந்தாவது நாளிலிருந்து அபி பரபரப்புடன் காணப் படுவாள். ஜன்னல் திறந்து வெயிலின் கீற்றொளி தரையில் விழ அனுமதிப்பாள். அது மெல்ல மெல்ல நகர்ந்து சுவரில் ஊர்ந்து மறைவதை அவ்வப்போது வந்து பார்த்து ரசிப்பாள்.

"வெட்டி போட்டாப்ல தங்க ஒளி பாளம் பாளமா கெடந்துச்சே பாக்கலியா நீங்க..." என்பாள்.

ஜீவா சிரித்து வைப்பான். அவள் தயாராகிவிட்டாள் என்பது புரியும். படுக்கைவிரிப்பில் சோப்புத்தூளின் வாசனை மணக்கும். மொறுமொறுவென்ற படுக்கை விரிப்புகள். அவளுக்குத்தான் அவசரம், அவனுக்கில்லை.

"கொஞ்சநேரம் ப்ளீஸ்..."

அவளுடன் விளையாட ஆசைப்படுவான். அவள் உதறிவிட்டு நெற்றி சுருங்க கெஞ்சுவாள். எல்லாம் நிமிடத்தில் முடிந்துபோகும். அப்படியே அசையாமல் கண்கள் மூடிக் கிடப்பாள்.

'போயிருக்கும், போயிருக்கும்... சேர்ந்திருக்கும்...'

மந்திர உச்சாடனம் நடக்கும்.

'ஆமா, அப்படித்தான்...'

தலை அசையும். எழவே மனம் வராது.

'ஒருவேளை எழும் நேரத்தில் நழுவிவிட்டால்... இன்னும் அஞ்சு நிமிஷம்... ரெண்டு நிமிஷம்... பத்து எண்றவரைக்கும்...'

நிமிடங்கள் நீளும். நீளமானதொரு மௌனத்தின் முடிவில் மனம் சமாதானப்பட்ட தருணம் மெதுவாய் எழுந்து கொள்வாள்.

செம்பருத்திப்பூக்கள் ஏராளமாய் பூத்துக் குலுங்கின. கரும்பச்சை இலைகளுக்கு மத்தியில் செக்கச்செவேல் பூக்கள்.

"நிச்சயம் அம்பது, அறுவது பூ இருக்கும்."

ஜீவா சொன்னான். இருக்கும் நான்கு சாமிப் படங்களுக்கு நான்கு பூக்கள் மட்டுமே பறிபடும். மற்றவை செடியிலேயே இருந்து வதங்கி விழும்.

"அம்மா இதழ்களைப் பிரிச்சு மாலையாக் கட்டி படத்துக்குச் சாத்துவாங்க. அந்த மாதிரி நீயும் செய்யலாமே..."

ஒருமுறை சொல்லித் தந்தான். அபி ஒத்துக்கொள்ளவில்லை.

"பூவை ரணப்படுத்தி மாலை கட்டிப் போட்டே ஆகணுமா என்ன... எனக்கு இஷ்டமில்லப்பா" என்று விட்டாள்.

எப்போதாவது தங்கி குறை நாட்களில் வெளியேறியுள்ளதா என்ற மருத்துவரின் கேள்விக்குத் தலையை அசைக்கவே முடியவில்லை. இரும்புக்குண்டு சேர்த்துக் கட்டியதுபோல தலை அவ்வளவு கனத்தது. வீட்டுக்கு வந்ததும் ஜீவா ஏதும் பேசிவிடுவானோ என்று அச்சமாயிருந்தது. அதைத் தாண்டியும் செல்ல முடியவில்லை, அதற்குள்ளேயும் உழல முடியவில்லை. கந்தகக் கொதிப்பு. கண்களை மூடிக்கொண்டாள்.

அன்றைய இரவு தூக்கத்தில் விழிப்பு வராதிருக்க வேண்டுமே என்று எண்ணிக்கொண்டாள். இரவின் அச்சம் தரும் இருள் மன உணர்வில் நடுக்கத்தைக் கலந்துவிடுவதில் உடனே பொழுது விடிந்தால் தேவலாம் என்றாகிவிடும்.

எப்ப சாத்தியமாகும் என்ற கேள்வி கூட அத்தி பூத்தாற்போலதான் வந்துவிழும். நொடியின் விளிம்பில் யோசிக்காத கணமொன்றில்

எழும் கேள்வி அது. அவனுக்குமே தெரியாத விடையை அவன் எப்படிக் கூறுவான் என்றவள் ஓரோர் சமயம் நாக்கைக் கடித்துக்கொள்வாள்.

அவன் கழுத்தை வருடி அணைத்துக் கொள்ளும்போது இருவருக்கான உலகம் இப்படியே சுருங்கிவிடுமோ என்று பதறுவாள்.

“மாசாணியம்மன் கோவில் போயிட்டு வருவோமா...?”

அம்மாவைத் தவிர வேறு யாரிடமிருந்து இப்படியொரு கேள்வி வரும்.

“கெடந்த கோலத்துல அருள்பாலிக்கிற அம்மன் அது. போயி புள்ள வேண்டி சீட்டுல எழுதி அவ கையிலயோ, கால்லயோ கட்டிட்டு வந்தா மூணே மாசத்துல புள்ள தரிச்சிருங்குறாங்க. போவமா...?”

அம்மாவுக்குப் பதில் சொல்லாமல் அபி, ஜீவாவைப் பார்த்தாள். அவன் பூத்திருந்த செம்பருத்திப் பூக்களை உன்னித்துக் கொண்டிருந்தான். ஒரு சில பூக்களில் வெயில் விழுந்து சிவப்பு நிறம் மின்னிற்று. அபி என்ன சொன்னாளென்று தெரியவில்லை. அவனுடைய கவனம் பூக்களின் மீதிருந்தது.

“பாத்தீங்களா ஜீவா, தங்க ஒளி எதுமேல விழுதோ அதோட நெறத்த கூட்டிக் கொடுக்கும். ஆனா இருட்டு எல்லாத்தையும் முழுங்கி செரிச்சிரும்.”

அபி வேக வேகமாகச் சொன்னாள். அம்மாவிடம் சம்மதித்தாளா தெரியவில்லை. அதைக் கேட்டுத் திரும்பவும் அவளை இருட்டுக்குள் இழுத்துவிட அவனுக்கு விருப்பமில்லை.

“கொஞ்சநேரம் நீ போயி அங்க நில்லேன்.”

அவளை வெயிலில் நிற்கவைத்து ரசித்தான். காதோரம் வழிந்த முடிக்கற்றைகள் தேன் நிறத்தில் மினுமினுத்தன. ஐந்து வருடங்களாய் முத்தமிட்டு சலிக்காத கழுத்திறக்க மச்சம் அடர்த்தியான கறுப்பில் ஒளிர்ந்தது.

"போதுமா... வந்துரவா...?"

அபி கைக்கெட்டிய தூரத்திலிருந்த பூவைப் பறித்துக் கைக்குள் வைத்துக்கொண்டாள்.

தன் மனத்தைக் கொட்டிவிட ஜீவா தயங்குகிறானோ என்று அபிக்குத் தோன்றும். உங்களுக்கு ஆசையில்லையா என்று ஏதாவது ஒரு சந்தர்ப்பத்தில் கேட்டிருக்கிறோமா என்று யோசித்துப் பார்த்தாள். கேட்கவில்லை என்று திட்டவட்டமாகத் தெரிந்தும் அந்த யோசனை அடிக்கடி வருவதேன் என்று அவளுக்குப் புரியவில்லை. ஒருவேளை கேட்பதற்கு மனம் ஆசைப்படுகிறதோ என்று தோன்றிற்று. ஆனாலும் முதலெழுத்தை உச்சரிக்கக்கூட தெம்பில்லை அவளுக்கு.

பத்து மணியானால் அம்மாவிடமிருந்து போன் வந்துவிடும். தினசரி நிகழ்வுகளை அட்டவணைப்படுத்தி ஒப்பிக்காவிட்டால் அவளுக்குத் தூக்கம் வராது.

"காலை ஆகாரம் ஆச்சா...?"

எடுத்ததுமே அம்மா இப்படித்தான் ஆரம்பிப்பாள். ஞாயிற்றுக் கிழமையும் விதிவிலக்கல்ல.

"ஓரப்படைக்குப் போட்ருந்தேன். அத சாப்பிட்டது செரிக்கவேயில்லையாம். மத்தியானம் வெறும் தயிர்சாதம் போதும்னுட்டாங்க ஒங்கப்பா. வேப்பம்பூ காய வச்சு வச்சிருக்கேன். மாப்ளக்கி புடிக்கும்னு தெனந்தெனம் படுதாவ விரிச்சிப்போட்டு சேகரம் பண்ணினோம். வடவம் போடுவோம்னா வெங்காய வெலை ஏகத்துக்கு ஏறிக்கெடக்கே. அதுக்கு பயந்துகிட்டு கம்முன்னு இருக்கேன். வெலை கொஞ்சம் கொறஞ்சதும் ரெண்டு பேருக்கும் போட்டு வைக்கிறேன்."

அடுக்கடுக்காய்ச் சொல்ல அம்மாவுக்கு ஏதேனும் சங்கதிகள் இருந்துகொண்டேயிருக்கும்.

"வெயில் காய்ச்சி எடுக்குது. அங்க...?"

"இங்கியுந்தான்."

அபி கீரையின் இளஞ்சிவப்பு நிற வேர்களைக் கிள்ளி எறிந்தாள். இளங்கீரைகள் தளதளவென்றிருந்தன.

“அடுத்தமாசம் அம்முவுக்குப் பத்தாவது பொறந்தநாள் வருதுல்ல. அதுக்குப் போறதுக்கு முன்னாடி மாசாணியம்மன் கோவிலுக்குப் போயிட்டு வந்துடலாம்னு நெனச்சேன். ஒனக்கு நாள் ஒண்ணும் இல்லீல்ல...?”

அவள் பதில் சொல்ல மாட்டாளென்று அம்மாவுக்குத் தெரியும்.

“அம்முவுக்குப் பத்து வயசு முடியப் போவுது. இன்னும் ரெண்டு வருஷத்துல ஒக்காந்துரும். இந்த நேரத்துல இது என்னா கோளாறுங்குற மாதிரிதான் இருக்கு அக்காவுக்கும். தலை தூக்க முடியலியாம். கிறுகிறுத்து வருதாம்...”

அபி கீழே கிடந்த வேர்களைப் பார்த்தபடி இருந்தாள். வெறித்த விழிகள் காலரவம் கேட்டதும் தானாக மூடிக்கொண்டன.

★★★

அகவலை

தனித்திருக்கும்போதுதான் என்னென்னவோ எண்ணங்கள் வந்து குமிகின்றன. சும்மாவே இருப்பதென்பது ஒருக்காலும் முடியாது போலிருக்கிறது. புறம் தளர்ந்து கிடந்தாலும் அகம் தளர்வதில்லை. சதா அது பின்னிப்பின்னி ஒன்றை உருவாக்கி அதிலேயே சிக்க வைத்து மூச்சு முட்ட செய்துவிடுகிறது. ஒன்றிலிருந்து வெளியேறினால் மற்றொன்று. அதிலிருந்து வேறொன்று. சங்கிலித்தொடராய்த் தொடர்ந்து கொண்டேயிருக்கிறது.

“வேல முடிச்சிட்டா கால்நீட்டி ஒக்காந்துடலாம். எங்கள மாதிரியா... வீட்ல வேல முடிச்சிட்டு ஆபீசுக்குப் போயி மாரடிக்கணும். திரும்ப இங்க வந்து ஒரு பாட்டம் அழுது தீக்கணும். எம்பாடு பெரும்பாடு. நீ புண்ணியவதி...” என்பாள் ராதா.

பக்கத்து வீட்டுக்காரி. பத்து வருட பழக்கம். தெருவிலுள்ள சின்னஞ்சிறு செடியில் பொக்கென்று பூத்திருக்கும் பத்து, பன்னிரண்டு குண்டுமல்லிகைகளைக் கட்டி விரலளவு சரத்தை நீட்டினால் அவள் கண்களில் இரண்டு பூக்கள் மலரும்.

“நீ வச்சிக்கடி...” என்பாள். கை நீண்டிருக்கும். இதழ்க்கோடியில் துணுக்குச் சிரிப்பு தொத்தியிருப்பதைப் பார்க்கதான்

இத்தனையும். சாமிக்கு செம்பருத்தி இருக்கிறது. அதென்னவோ ஒரு சிரிப்பை உள்ளங்கைக்குள் பொத்தி வைத்துக்கொண்டு சுற்றியலைய வேண்டும் போலுள்ளது. வெறுமனே இருக்கும் நேரத்தில் பழசுக்குத் தின்னக்கொடுக்கும் மனதை மீட்க அது தேவையாயுள்ளது.

சுந்தரி பாத்திரம் தேய்ப்பாள். சற்றுத் தள்ளி கடுகு, மிளகு சைஸில் அவள் பிள்ளைகள் அமர்ந்திருப்பார்கள். கொலுப்படியில் அமரவைத்த பொம்மைகள் ஞாபகத்துக்கு வரும். அருகிலழைத்து மீனா கை வளைவுகளுக்குள் பொதிந்துகொள்வாள். சுந்தரியின் முகம் நீர்விட்டு அலம்பியது போல மினுங்கும். பிள்ளைகளை நெஞ்சோடு அணைத்துக்கொண்டால் வெட்கத்தில் ஆள்காட்டி விரலை வாய்க்குள் வைத்து உருட்டி எங்கோ விழிப்பார்கள். ஒருமணி நேரத்தில் சுந்தரி சிட்டாகப் பறந்துவிடுவாள்.

“இன்னும் ரெண்டு வூட்டு வேல இருக்கும்மா...”

காற்றில் உதிரும் வார்த்தைகள் காதுகளுக்கு வருமுன்னரே அவள் காணாமல் போயிருப்பாள். பிள்ளைகள் அமர்ந்திருந்த இடத்தில் காற்று துழாவி ஏமாந்துபோகும். அந்த வெற்றிடத்தில் மீனா பெருமூச்சை இட்டு நிரப்புவாள்.

வீடு பளிச்சென்றிருந்தது. பொட்டு இரைச்சலில்லை. பொருந்தி அமர்ந்துகொள்ளத் தோதாய் அநேக இடங்களிருந்தன. சோஃபாவோ, மெத்தையோ, பால்கனியோ துளி இடம் போதும். எங்கும் மனதைச் சுமக்க வேண்டியிருந்தது.

“என்ன சமையல் செஞ்ச. ...பசங்க ஸ்கூல் போயாச்சா...?”

வழக்கமான அம்மாவின் கேள்விகள் சலிப்பூட்டின. சொன்னால் கோபித்துக்கொள்வாளென உம் கொட்ட வேண்டியிருந்தது. புது எண்ணிலிருந்து அழைப்பு வரும்போது அவளையுமறியாமல் கண்கள் விரியும். கைக்கெட்டும் தூரத்தில் அலைபேசியிருந்தும் பாய்ந்து பற்றிக்கொள்ள மனசு பரபரக்கும்.

மீனா முழங்கையில் ஒட்டியிருந்த தோசைமாவை உதிர்த்துப்போட்டாள். உதிர்ந்த மாவு பொடிப்பொடியாய் நுணுங்கிக்கொட்டியது. அப்படியொரு நினைவும் உதிர்ந்து

நுணுங்கியிருந்தால் எடுத்து சேகரம் செய்ய வசதிப்படாமல் மனம் மறந்திருக்கும். அதுபோல எத்தனை நினைவுகள். யாரும் யாசித்து நிற்கவில்லை. இருந்தும் கைநிறைய அள்ளித்தந்து விட்டுப்போகும் மனதைக் கட்டுப்படுத்தும் சக்தி எங்கிருக்கிறது. வேண்டாமென மறுத்தாலும் அதற்குப் புரிவதில்லை. தானியங்கி இயந்திரம் போல அதுபாட்டுக்கு இயங்கிக்கொண்டேயிருந்தது. அசைவற்ற மனதியக்கம்.

மீனா சோஃபாவில் கால்களைக் குறுக்கிப் படுத்தாள். 70 இன்ச் டிவி தேமேயென்று பார்த்தபடியிருந்தது. ரிமோட்டை இயக்கியதுமே, வெறுங்கை என்பது மூடத்தனம், விரல்கள் பத்தும் மூலதனம் என்ற தாராபாரதியின் வரிகளை யாரோ ஒருவர் கழுத்து நரம்பு புடைக்க மைக்கில் கத்திக்கொண்டிருந்தார்.

விரல்கள்...

“வேணாம், எனக்குத் தொட வேணாம்...”

உடல் குறுகிவிட்டது. அடிவயிறு கனன்றது. கைகளைக் கோத்து கால்களுக்கிடையில் பொதிந்து கண்களை இறுக மூடிக்கொண்டாள். தொடுதல் அன்பின் உச்சம். வார்த்தை போதா நேரத்தில் அன்பின் வெளிப்பாடாய் நிகழ்கின்ற தொடுகை இதம்.

“ரொம்ப நல்லபுள்ள. தல நிமிந்து பாத்ததில்ல. மரியாதை தெரிஞ்சவன்.”

அம்மா பார்த்த ஒரு வாரத்தில் சொல்லிவிட்டாள். மனிதர்களை எடை போடுவதில் அவள் வல்லவளாம். அவளாகவே சொல்லிக் கொள்வாள்.

“அம்மாட்ட சொல்லுவியா என்ன...?”

“சொல்லணும் போல இருக்கு...”

“சொல்லக்கூடாது. சமத்து பாப்பா...”

அடிவயிற்றில் ஊர்ந்து கீழிறங்கி, இறங்கி... நொடிகளைத் தின்னும் விரல்கள்.

'உட்கார்ந்திருந்த பலகையை அழுந்த பற்றிக்கொள்ள வேணும் போலிருந்ததா... போலிருந்தது.'

'கால்விரல்களை மடக்கிக்கொள்ளத் தோணித்தா... ஆமா, தோணித்து.'

'அழுகை வந்ததா... ரொம்ப பயமாயிருந்துச்சு, அழாம பின்ன...'

"பாப்புக்குட்டி.... மாமா கூப்புடுறாரு. என்னன்னு கேளு."

"ஒண்ணுமில்லக்கா. பாப்புவுக்கு சாக்லேட் வாங்கிட்டு வந்தேன்."

"மாமாவுக்கு தேங்க்ஸ் சொல்லிட்டு வாங்கிக்க."

கன்னம் கிள்ளும் அவன் விரலின் சொரசொரப்பு ஸ்பரிசம் ஏற்கெனவே பரிச்சயப்பட்டிருந்ததில் தோள்பட்டையில் துடைத்தும் போதவில்லை.

காகம் ஒன்று ஜன்னல் திட்டில் அமர்ந்து கத்தியது. அதன் குண்டுமணிக் கண்கள் இடைவெளி வழியே ஒரு நொடி உறுத்தாற்போலிருந்தன.

'இன்னுமா நீ இதையெல்லாம் நெனச்சிக்கிட்டிருக்க...'

அது கேட்கவில்லை. கேட்டிருந்தால் கேள்வி அப்படியாக இருக்கக்கூடும். நினைக்காமலிருக்க வேறொன்றைப் பற்றிக்கொள்ள வேண்டியுள்ளது. ஒன்றைத் தூர்க்க மற்றொன்றைப் பறித்தாக வேண்டிய கட்டாயம். இது மனதின் இயல்பாகி விட்டிருந்தது.

பிள்ளைகள் பள்ளிக்குப் போனபின் வீடு ஒருவித அமைதியை எடுத்துப் போர்த்திக்கொண்டுவிடுகிறது. சிதறிக் கிடந்த பொருட்களை அதனதன் இடத்தில் வைத்து நேர்த்தி செய்தபிறகு அமைதி இன்னும் கூடிப்போனது போன்ற உணர்வு. சுந்தரி போகிறபோது என்னத்தையோ கொண்டு போகிறாளென்று தோன்றும். கிரில் கேட்டை வெளியிலிருந்து அவள் தாழ்ப்பாளிடும் கிறீச்சொலியில் சில நேரங்களில் அழுகை வருவதுண்டு.

மீனா மெல்ல எழுந்தமர்ந்தாள். கொஞ்சம் குளிர்ந்தது. புடவைத்தலைப்பால் போர்த்திக்கொண்டாள். அன்றென்னவோ

புடவை கட்ட வேண்டுமென்று ஆசை. கட்டிக்கொண்டால் யார் என்ன கேட்கப்போகிறார்கள். ரவி கூட பார்த்ததும் புருவம் உயர்த்திவிட்டுப் போய்விட்டான். ஆனால் சுந்தரி சொல்வாளென்று தெரியும்.

“அடிக்கடி பொடவையும் கட்டுங்கக்கா. பொடவதான் ஒங்களுக்கு நல்லாயிருக்கு.”

குனிந்து பெருக்கியபடியே உரிமையோடு சொன்னாள்.

“பாத்திரத்துல சோப்பு ஒட்டியிருக்கு. சரியாக் கழுவு.”

எப்போதும் மீனா சொல்வதற்கு அவள் தலையசைப்பாள். இந்தத் தடவை மீனாவின் முறையாகிவிட்டிருந்தது.

தரை சில்லிட்டது. கால் வலிக்காக வாங்கிய மஞ்சள் நிறச் செருப்பு எங்கோ கிடந்தது. அநேக நேரங்களில் அது இருக்கும் இடம் தேடியலைய வேண்டியிருந்தது. அலுத்து, சலித்து வந்தால் சரிதான் எனப் பேசாமலிருந்துவிடுவாள்.

“கால் வலின்னு செருப்பு வாங்கின. இப்ப கால் நோக அதைத் தேடுற...” என்று ரவி ஒருமுறை கிண்டலடித்தான். விட்ட ஞாபகத்தில் சென்று தேடினால் அது அங்கிருப்பதில்லை.

இரு மார்பகங்களும் விண்விண்ணென்று வலித்தன. நாள் நெருங்கிவிட்டது. அது ஒருவித இம்சையான வலி.

இம்சை...

இம்சையின் விரல்கள் அங்கும் ஊர்ந்தன. கசக்கின. கூம்பிய மலர் சிவந்ததைவிட மனம் கொதித்தது. கூட்ட நெரிசலில் விரல்கள் இன்னாருடையவை என்பதை அனுமானிக்க முடியவில்லை. இன்னொருவர் முதுகில் உரசி நிற்கும் பேருந்துப் பயணத்தில் இடைபுகுந்த விரல்கள் வெறியின் உச்சத்தில் முலைகளைக் கசக்கியபோது இதயம் படபடவென்று அடித்துக்கொண்டது. ஒரு கையால் உயரே கம்பியைப் பற்றியிருந்தவள் இன்னொரு கையில் கனத்த பையை இறுக்கியிருந்தாள். எதுவும் செய்ய இயலாதவளாய் ஒருகணம் ஸ்தம்பித்து நின்றவளுக்குக் குரல் மேலெழும்பவில்லை. மனசு கத்த சொன்னது. முடியவில்லை.

பயத்தோடு கூடிய அவமானம். பின் நிற்பவனின் முகம் தெரியவில்லை.

‘நீயெல்லாம் அக்கா, தங்கச்சியோட பொறக்கலையா...?’

‘என்ன அரதப்பழசான கேள்வி... இந்தக் கேள்வியைப் போய்க் கேட்பதா...’

அழுகை வந்தது. முலைகளைத் தடவும் விரல்களின் நகக்கணுக்களில் ஊர்ந்த எறும்புகள் காம்புகளை மொய்த்துக் கடிப்பதாய்க் கனவு கண்டு அன்றிரவு அவள் அலறி எழுந்தாள்.

“கெட்ட கனவு கண்டியா... துன்னூறு இட்டுட்டு படுத்துக்க.”

அம்மா தூக்கத்தில் முனகினாள். அந்தக் கனவு இப்போதும் வருவதுண்டு. அதே எறும்புகள், அதே விரல்கள். காம்பின் நுனியை எறும்புகள் கடிப்பது போன்ற உணர்வில் திடுக்கிட்ட விழிப்பு.

மணமான புதிதில் ரவியின் கைகள் பட்டபோது தாளமுடிய வில்லை. முகத்தைத் திருப்பி விரல்களை மூடிக்கொண்டாள். வேணாம் வேணாமென்று கத்தவேண்டும் போலிருந்தது. அருவருத்த மனசுக்கு அவனை உதறித் தள்ள உத்வேகமெழுந்தது. மீள்தல் சாத்தியமில்லையோ என்று கூடத் தோன்றிற்று. அதன்பிறகு எப்போது அது நிகழ்ந்தது, ஞாபகமில்லை. பூ மலர்வது போன்றதொரு ரகசியமது. இன்ன தேதி, இன்ன கிழமை என்று கட்டம் கட்டிச் சொல்லிவிட முடியாது. மெல்ல மெல்ல அது நிகழ்ந்திருக்க வேண்டும்.

மீனா கொல்லைக்கு வந்தாள். ஒரு சிறு கொல்லை. மாமரம் ஒன்று, ஒரு கொய்யா, ரெண்டு தென்னை, ஒரு கல்வாழை, ஒரு எலுமிச்சை அப்புறம் கொஞ்சம் அருகம்புற்கள் அடர்ந்த கொல்லை. பதினொரு மணிவாக்கில் வருகை தரும் பறவைக்கான கொல்லை. சில நாட்களுக்கு முன்புதான் மீனா அதைக் கண்டுபிடித்தாள். பதினொன்றிலிருந்து பதினொன்றரைக்குள் அது வந்தது.

"ச்சுக்குடி, ச்சுக்குடின்னு கத்துது ராதா. ஆனா இருக்க எடம் தெரியல. ஏதோ ஒரு மரத்துல ஒக்காந்துக்குது. பத்து, பதினஞ்சு தடவ கத்திட்டு மாயமாயிடுது."

ராதா ஆவெனப் பார்த்தாள்.

"லீவு நாள்ல கவனிச்சுப் பாரு. நான் சொல்றது புரியும்."

ஞாயிற்றுக்கிழமை அவசரமாய்க் கூப்பிட்டுக் கேட்கச் சொன்னாள். ராதாவுக்கு அது மாதிரியும் இருந்தது, இல்லாதது போலவுமிருந்தது.

"அது ச்சுக்குடிதான்..."

மீனா அடித்துச் சொல்லிவிட்டாள்.

அதற்காகவே நாள் தவறாமல் பதினொரு மணிக்குக் கொல்லைக்கு வருவதைப் பழக்கமாக்கிக்கொண்டாள். வந்து படிக்கட்டில் சத்தமில்லாமல் அமர்ந்துகொண்டாள். செல்போனை சைலன்ட் மோடுக்கு மாற்றி ஒவ்வொரு மரமாக உன்னிக்கத் தொடங்கினாள். ஏதாவது ஒரு கிளையிலிருந்து அது தென்பட்டால் பார்ப்பதோடு நின்றுவிடாமல் ஒரு க்ளிக் செய்து கொள்ளலாம். அதுபற்றி கூகுள் லென்ஸில் ஆராயலாம். அதன்மூலமாக மனதைப் பழசிலிருந்து சற்று ஒதுக்கி வைக்கலாம். மீனா எப்போதும் தயாராக இருந்தாள்.

பறவை எழுப்பிய ஒலி சிறு துணுக்காய் காற்றில் மிதந்து வந்ததேயொழிய அது கண்களுக்குத் தட்டுப்படவேயில்லை. பேப்பர் போடும் இளைஞன் போகிறபோக்கில் பேப்பரை வீசியெறிந்துவிட்டுப் போவானே, அதுபோல அவசரமாய்ப் பறந்துபோகிறதென்று அவள் நினைத்துக்கொண்டாள்.

"ஒனக்கென்ன அவசரம்... சோறாக்கணுமா, கொழம்பு வைக்கணுமா... புள்ளைங்களுக்கு பாடம் சொல்லிக்குடுக்கணுமா... வந்த வேகத்துல போற... பாரேன், தனியா கெடந்து கறுப்பு, வெள்ளைப் படத்த ஒட்டிக்கிட்டிருக்கேன்."

அவள் தனக்குள் பேசினாள். இருந்தும் திடுக்கிட்டு சுற்றும் முற்றும் பார்த்துவிட்டுச் சிரித்துக்கொண்டாள். வெயில்

கீழ்ப்படியில் கிடந்தது. காற்றுக்குத் தென்னையோலைகள் சலசலத்தன. அதுதவிர பெரிதாய்ச் சத்தமில்லை.

அன்றைக்கு ஏழெட்டுப் பூக்கள் அதிகம் பூத்திருந்தன.

“நீ பாதி, நான் பாதி கண்ணே...”

ராதா பாடினாள்.

“நெருக்க தொடுத்துட்டேன். அதே அளவுதானிருக்கு. நீயே வச்சிக்க.”

“இணுக்கு சொருகிக்கிட்டாலும் இருக்க எடத்தையே வசமாக்கிடுது வாசத்தால. இல்ல...?”

அகல சிரித்தபடி தலையில் துளிமயிரைக் கிள்ளியெடுத்துச் சொருகிக்கொண்டாள்.

“இத வாங்கிக்கிட்டு அதக் குடுத்துட்டுப் போறியே மகராசி...... நாள் நெறைச்சு இல்லாட்டியும் அப்பப்ப ஆசுவாசத்துக்கு ஒதவும் போ.”

“என்னடி....?”

“ஒண்ணுமில்லையே. இன்னிக்கு ரொம்ப அழகாயிருக்கியேன்னு ரசிச்சிப் பாத்துக்கிட்டிருக்கேன். என்ன விசேஷமோ...?”

“அந்த மல்லிகைச்செடிகிட்ட கேளேன். சொல்லிடப்போவுது.”

“அதுக்கும், ஒனக்கும் குடுக்கல், வாங்கல் நெறைய இருக்கும் போலருக்கே.”

“ஆமா பின்ன... ஒவ்வொரு தடவையும் பூவ வச்சிக்கிற அதே கையால இலைகளை வருடிக் குடுத்துட்டுப் போறனே. அப்பெல்லாம் சிணுங்குற கொழந்தைய அணைச்சிக்கிறமாதிரி நெனச்சிக்குவேன்.”

தாய்மையின் விகசிப்பு அங்கே பூரித்துக்கிடந்தது. இவளுக்குக் கண்கள் சுரந்துவிட்டன.

ராதா போனபிறகும் நின்றவாக்கிலேயே மல்லிகைச்செடியை பார்த்தபடியிருந்தாள். அப்படி கதவில் சாய்ந்து நின்றபடி

கரும்பச்சை இலைகளைப் பார்த்துக்கொண்டிருப்பது மனதுக்கு இதமளிக்கக் கூடியதாக இருந்தது.

ஒன்றிரண்டு பூக்களை இலைகள் மறைத்திருந்தன. காற்றடித்த போது அவை பளிச்சென்று தெரிந்தன. நன்றாக விலக்கித் தேடியும் அகப்படாத பூக்கள் இப்போது தெரிவது ஆச்சரியமளித்தது. அவை செடிக்கான பூக்கள் என்று மீனா நினைத்துக்கொண்டாள். அப்படி நினைப்பது ஒருவித மகிழ்ச்சியைத் தந்தது.

“என் பங்கைத் தந்துட்டு உன் பங்கை வச்சிக்கிட்டியா... மண் என்னுது, வளர்ச்சி உன்னுது. இல்லையா...?”

காற்று கொஞ்சம் வேகமாக வீசியது. இலைகள் அசைந்தன.

சுந்தரி அன்று தாமதமாக வந்தாள். குழந்தைகள் வரவில்லை.

“பெரியவள பள்ளிடம் சேத்தாச்சில்ல. அளுது அளுது வீதியடைச்சி ஒரே ஆர்ப்பாட்டம். கொண்டு சேக்குறதுக்குள்ள போதும் போதும்னு ஆயிருச்சி” அசந்துபோய் அமர்ந்தவள் மீனா கொடுத்த டீயை மடமடவென சரித்துக்கொண்டாள்.

“அதான் இவ்ளோ நேரமாச்சா...?”

“ஏன் கேக்குறீங்க போங்க... இன்னும் எத்தினி கிளாசு படிக்கணும்.”

“போகப்போக சரியாயிடும்.”

“ஆயிடும் ஆயிடும்... ஆவணும்.”

சுந்தரி துடைப்பத்தை எடுத்தாள்.

“சின்னது எங்க...?”

“அத மாலாக்கா மவன்ட்ட வுட்டுட்டு வந்துருக்கன். காலேஜி முடிச்சி லீவுக்கு வந்துருக்காப்டி.”

“மொதல்ல போயி புள்ளைய கூட்டிட்டு வா...”

சுந்தரிக்குப் புரியவில்லை.

“புள்ளைய கூட்டிட்டு வான்னு சொன்னேன்.”

சோஃபாவுக்குப் பின்புறம் கூட்டிக்கொண்டிருந்தவள் நிறுத்திவிட்டுப் புரியாமல் பார்த்தாள்.

“ஏம்மா....?”

காலம் விறுவிறுவென்று பின்னோக்கி நகர்ந்தது. வெள்ளை ஃப்ராக் அணிந்த சிறு பெண்ணை மையமாக்கி உறைந்தது. அச் சிறுபெண் வேண்டாமென அவனிடம் தலையாட்டிக் கொண்டிருந்தாள்.

“மாமாக்கு பாப்புக்குட்டின்னா உயிரு... ஏன்டா...”

அவன் மடியில் வைத்துக் கொஞ்சிக்கொண்டிருந்தான். அந்த விரல்கள்...

சுந்தரி முணுமுணுத்தபடி துடைப்பதைப் போட்டுவிட்டுப் போனாள். மீனா தளர்ந்தாள். சில்லென்ற நீர் அருந்தியபின் கொஞ்சம் ஆசுவாசமாயிருந்தது. அப்படியே கொல்லைப் படிக்கட்டில் அமர்ந்துகொண்டாள். மணி பதினொன்றாகியிருந்தது.

★★★

பரிபூரணி

மாலையிலிருந்து மழை பெய்துகொண்டிருந்தது. அடித்துக் கொட்டாத மென்மழை. சரக்கொன்றை மலர்கள் உதிர்வது போல உதிர்ந்துகொண்டிருந்த துளிகளின் மேல் பிரியம் கூடிப் போனது. தெருவிளக்கின் மஞ்சள் ஒளியில் நனைந்த துளிகள் மட்டும் கம்பி மத்தாப்புப் போல ஒளிர்ந்தன.

ஆசுவாசமாய் அமர்ந்து மழையை வேடிக்கை பார்த்து நாளாகிவிட்டது. சித்தி வீட்டுக்கு வந்ததில் அந்தச் சந்தர்ப்பம் அமைந்துவிட்டிருந்தது. சித்தி ஏழரைக்கெல்லாம் இரவு உணவை முடித்துக்கொண்டு திண்ணைக்கு அழைத்து வந்துவிட்டாள். மடியில் மல்லிகை மொட்டுகள் கனத்தன. கொல்லையில் பூத்தது. கிண்ணத்து நீரில் ஊறிய நாரை, ஊக்கால் சித்தி சிறு சிறு இழைகளாகப் பிரித்தாள். பூக்கள் மேலும் கீழுமாய் நாரில் இணைந்ததில் சரம் நீண்டது.

ரோஜாப்பூக்கள் சிதறியிருந்த புடவையில் மல்லிகைப்பூவின் வாசம். சூரியகாந்திப் பூ உடுத்திய புடவையில் ரோஜாப்பூக்கள்... சொன்னதும் சித்தி சிரித்துவிட்டாள்.

"நான் சூரியகாந்திப் பூவா... கேக்க நல்லாத்தான் இருக்கு."

கட்டைவிரல், ஆள்காட்டிவிரலால் வலிக்காது பூவை எடுத்தவளுடைய முகத்தில் கனிவு. கழுத்துமுறி படாது தொடுக்கும் லாகவத்தன்மை வாய்க்கப் பெற்றிருந்தவளுக்கு அந்தக் கனிவு இயல்பான மஞ்சள் நிறம் போல முகத்தில் பரவிக்கிடந்தது.

"ஒரு வாரம் தங்கற மாதிரி வா. அரக்கப்பரக்க ஓடக்கூடாது" கண்டிப்பாகச் சொல்லிவிட்டாள். முதல் தூறல் போடும்போது கிளம்பும் மண்வாசம்தான் சித்தி. அது தனித்துவமான வாசம். அள்ளி முகரலாம் போலிருக்கும். வாயிலிட்டு விழுங்கி விடலாமென்று கூடத் தோன்றும். அந்த அழகும், நெருங்கி அமர்ந்திருக்கும்போது எழும் வாசமும் இனம்புரியாத பரவசத்தை உண்டுபண்ணும்.

மழையைப் பார்க்க இதமாயிருந்தது. மழைச்சாரலுக்கு ஜன்னல் கதவை அறைந்து சாத்தும் நகரத்து நாகரிகத்தனம் இங்கு பலிக்காது என்பது போல் முற்றத்தில் மழை பெய்து ஓரங்களை நனைத்தது. திண்ணையிலிருந்து எட்டிப் பார்த்தபோது கூடல்வாய்நீர் ஓர் ஓரத்தில் தொங்கிய குழாய் வழியாக ஒழுகிக் கொண்டிருந்தது. சித்தி கெட்டியாகத் தொடுத்த சரத்தைத் தலையில் சூட்டிவிட்டாள். காதோரம் இழைந்த விரல்கள் சில்லிட்டன.

"நாப்பது வயசாச்சு அவளுக்கு. இன்னும் ஒரு முடிகூட நரைக்கல" என்பாள் அம்மா. பாந்தமான உடலுக்கு அப்படித்தான் வாய்க்கும். "சித்தப்பா அப்படித்தான் வாய்த்தாரா......?"

கேள்வி சட்டென முளைவிட்டது.

"நல்ல மனுஷந்தான். என்ன முன்கோவம் ஜாஸ்தி. சட்டுன்னு பேசிடுவாரு. இவ மகராசி, சிரிச்சே கடந்துடுவா. சின்ன வயசுலேருந்தே அப்படித்தான். அம்மாட்ட கூட ஓரொரு வார்த்தப் பேசுவா. அப்பாட்ட. இம்... அவ்ளோதான். தலை அசையும். அதோட சரி."

அம்மா சொல்லிக்கொண்டே போவாள்.

"மழ பேஞ்சா கரன்ட்டுப் போயிடும். நீ வந்த மாயமோ என்னவோ போகாம இருக்கு."

மஞ்சள் நிற காட்டன் புடவை உடலோடு ஒட்டியிருந்தது. இரு மார்புகளும் குவிந்த மொட்டுகள் போல் திரண்டிருந்தன. நாற்பதிலும் தளராத முலைகள். அளவான உயரத்திற்கேற்ற வடிவாம்சம். சித்தப்பா சரியான பொருத்தம். போட்டோவைப் பார்த்ததுமே தாத்தா புருவம் உயர்த்திவிட்டதாக அம்மா அடிக்கடி சொல்வாள்.

"நல்ல ஜோடிப் பொருத்தம். அமைஞ்சா இப்படி அமையணும்" என்று கல்யாணத்துக்கு வந்தவர்கள் வாய் ஓயாமல் பேசினார்களாம். அம்மா நூலிழையளவு நேரம் கிடைத்தாலும் பெருமை பீற்றிக்கொள்வாள்.

கூடத்துச் சுவரில் நடுநாயகமாக சித்தி, சித்தப்பா சேர்ந்து நிற்கும் போட்டோ. மின்னல் துணுக்கொன்று போட்டோவிலிருந்த சித்தியின் புன்னகையில் ஒட்டிக்கொண்டிருந்தது. அது பளீரென முகத்தை மிளிரச் செய்திருந்தது. சிரிக்காமல் போஸ் கொடுக்கும் அப்போதைய வழக்கத்தை உடைத்து சித்தி பற்கள் பளிச்சிட சிரித்துக்கொண்டிருந்தாள். சித்தப்பா அடர்ந்த மீசைக்குள் அதை ஒளித்து வைத்திருந்தார்.

அம்மாவும் சித்தியும் நாளொன்றுக்கு அரைமணி நேரமாவது பேசிவிடுவார்கள். அப்படி என்னதான் பேசுவார்களோ... வார்த்தை சிதறாத பேச்சு. அருகில் நின்று கேட்டாலும் காதில் விழாது.

"ஒங்கம்மா சித்திகிட்ட பேசுறாளாக்கும்."

அப்பா உதடு சுளித்துக் கிண்டலடிப்பார்.

"பொம்பளைங்களுக்குள்ள ஆயிரமிருக்கும். அது என்னாத்துக்கு ஒங்களுக்கு..."

அலைபேசியைக் காதிலிருந்து எடுத்து இணைப்பைத் துண்டித்து ஸ்கிரீனை முந்தானையால் துடைத்துவிட்டு அம்மா இதைச் சொல்வாள்.

வானத்தில் வெள்ளிக் கோடொன்றை இழுத்தது போல பளீரென்று வெளிச்சம். முற்றம் கருங்குகைக்கான திறப்புபோல வாய்பிளந்து கிடப்பதாய் நினைத்துக்கொண்டு சிறுவயதில் பீதியடைவதுண்டு. இப்போதும் சட்டென அந்த எண்ணம் எழுந்தது. மின்னல் தெறிப்பு சற்று ஆறுதலாயிருந்தது. சித்தி கூடத்தில் பாய் விரித்துப் போட்டாள்.

"மணி ஒம்போதுதான் ஆவுது. சும்மா படுத்துக்கிட்டு பேசிக்கிட்டிருப்போம்."

இரண்டு தலையணைகளைத் தலைக்கு ஒன்று காலுக்கு ஒன்றாய் போட்டாள். சோப்பு வாசனையோடு மொறுமொறுத்த போர்வைகளைப் பக்கவாட்டில் வைத்தாள்.

"படுத்துக்கடி..."

தலைமாட்டில் ஒரு செம்பில் நீர் வைத்து விடிவிளக்குப் போட்டு விளக்கணைத்து நேர்கோடாய்ப் படுத்துக்கொண்டாள். அம்மாவிற்குப் பிறகு பத்து வருடங்கள் கழித்துப் பிறந்தவள். வயது வித்தியாசம் அதிகமென்பதால் சண்டை வந்ததேயில்லை என்பாள் அம்மா. சித்தியிடம் குரல் மாற்றி ஒருசொல் சொல்லிவிட யாருக்குதான் மனசு வரும்.

"தூக்கம் வந்தா தூங்கு பாப்பா..." கதகதப்பான அருகாமையில் பெரும்பாலும் பாப்பாதான். வானதி பெரியவளானபோது அவளைத் தனியே படுக்கவிட மனமில்லாமல் கட்டி அணைத்துப் படுத்துக்கொண்டாள்.

"தீட்டெல்லாம் ஒண்ணாக்கற..." அம்மாவின் புலம்பல் அவளின் அதட்டலில் நின்றுபோனது.

"காலையில எந்திரிச்சதும் தலையில தண்ணி ஊத்திக்கிறேன். போதுமா...?" விரல்கள் தலை கோதின. உதிராத குண்டு மல்லிகையின் வாசனை போல சித்தி அவளை வியாபித்திருந்தாள். இரவில் உறக்கத்தின் நடுவிலும் மல்லிகையின் வாசனையாய் அவள் சித்தியை உணர்ந்தாள்.

அவள் பிடிக்குள் அடங்கி ஒடுங்கிக்கொள்ள அவ்வளவு

விருப்பமாயிருந்தது. மெத்தென்ற அவள் மார்பில் தலை பதித்து உறங்கியபோது அவளுடைய பருத்த முலைகளை சப்பிக் குடிப்பது போல கனவு வந்தது. குழந்தைபோல் கடைவாயில் வழிய விட்டுக்கொண்டு உறிஞ்சி உறிஞ்சிக் குடித்ததில் காம்புகள் அழன்றுபோயின. மறுநாள் கனவைச் சொன்னபோது தண்ணீர் குடித்துக்கொண்டிருந்தவளுக்குப் புரையேறிவிட்டது.

“என்னன்னு எங்கிட்டயும் சொல்லுங்கடி....”

அம்மா கேட்டு சலித்துப் போனாள். சொன்னால் திட்டுவாள். அதன் பிறகு சமயம் கிடைக்கும்போதெல்லாம் இதைச் சொல்லி சிரிப்பதுண்டு. இப்போதும் ஞாபகம் வந்தது. சித்தி அனிச்சையாய் நெஞ்சில் கைவைத்துக்கொள்ள,

“என்ன சித்தி பால் கட்டிக்கிச்சா... வேணும்னா நான் குடிச்சிடவா?" கேட்கும்போதே தாங்கவில்லை. இரு பெண்களின் கலகலப்பில் வவ்வால்கள் படபடத்து சாமியறைக்குள் பதுங்கின.

விடிவிளக்கு வெளிச்சத்தில் வானதி சித்தியின் விரல்களைக் கோத்துக் கொண்டாள்.

சிறுவயதில் சோறூட்டிய விரல்கள். பருப்பு சாதத்தில் நெய்யூற்றி குழையப் பிசைந்து உள்ளங்கை படாமல் ஊட்டும்போது சித்தியின் முகத்தில் தாய்மை விகசிக்கும். விரல்களில் ஒட்டியிருக்கும் மசிந்த சோறு காய்வதற்குள் ஊட்டி முடித்துவிடுவாள். அம்மாவுக்கு வேலை மிச்சம். பாட்டி வீட்டின் சலுகைகளில் சித்தி சிறப்புச் சலுகையாகக் கிடைத்திருந்தாள்.

“அச்சச்சோ... சித்தியோட கட்டவெரல் தொந்தாக்குள்ள போயிடுச்சாடி....”

விரலை மடக்கி நான்கு விரல்களை மட்டும் நீட்டிப் பரிதாபமாகக் கேட்கும் மேஜிக் வித்தைகளும் நடக்கும்.

சட்டெனை விடிவிளக்கு அணைந்துபோனது.

“கரன்ட் போயிடுச்சு. இரு, வெளக்கேத்தறேன்.”

“வேணாம் சித்தி. இருட்டு நல்லாயிருக்கு. படு...”

வானதி துழாவி அவள் வயிற்றில் கை போட்டுக் கொண்டாள் .

சித்தி தலைக்குக் குளித்து வெள்ளைத் துண்டால் தலையை இறுகச் சுற்றியிருந்தாள்.

"சிதம்பரம் கொஸ்த்து செஞ்சிருக்கேன். ஒனக்கு ரொம்பப் பிடிச்சது. பட்டுன்னு குளியலை முடிச்சிட்டு வா. ஒரு வெட்டு வெட்டலாம்..."

அவள் சொல்லும்போதே பசி எடுக்க ஆரம்பித்தது. வார்த்தைகளில் சுவையை ஏற்றிவிட அவளுக்குத் தெரிந்திருந்தது. அவளுடைய நீலப் புடவையில் இன்று வெங்காய வாசனையடித்தது.

நேரம் கடந்துவிட்ட பிறகு வீசும் மெல்லிய வாடை. ஏழெட்டு இட்லிகள் உள்ளே போனதே தெரியவில்லை. சிதம்பரம் கொஸ்த்தில் தன் அன்பையும் கலந்துவிட்டாள் போலும். அது பாட்டுக்கு ஏகத்துக்கு ருசித்தது.

"எக்கச்சக்கமா சாப்பிட்டுட்டேன்."

சித்தி, வானதியை எழப்பண்ணினாள். சித்தப்பாவை அப்படிப் பல தடவைகள் அவள் எழுப்பிவிட்டதை வானதி பார்த்திருக்கிறாள்.

"சமையல்ல உன்னை மிஞ்ச யாருமில்ல சித்தி."

"எல்லாம் கல்யாணமானபிறகு கத்துக்கிட்டதுதான். அம்மா வீட்ல இருந்தப்ப தி. ஜானகிராமனையும் அசோகமித்திரனையும் படிக்கவே நேரம் சரியா இருந்துச்சு. நிச்சயத்துக்கப்புறம் அம்மாவோட வற்புறுத்தலால கொஞ்சம் கத்துக்கிட்டேன். அதை வச்சே சமாளிச்சிடுவேன்னு அம்மாட்ட வாயாடிட்டு வந்துட்டேன். ஆனா இங்கே வந்தப்புறம்தான் அது தப்புன்னு தெரிஞ்சது."

சித்தி யாரிடமோ சொல்வது போல மேலே பார்த்தபடி சொல்லிக்கொண்டிருந்தாள்.

கொல்லைப் படிக்கட்டில் வந்தமர்ந்த காகம் தலையசைத்துக் கண்களை உருட்டி உருட்டிப் பார்த்தது.

“மணி பதினொண்ணாச்சு” சொல்லிவிட்டு எழுந்து போனவள் ஒரு இட்லியை எடுத்து வந்து பிய்த்துப் போட்டாள். காகம் நிதானமாக கொத்தத் தொடங்கியது. சித்தியின் கண்களில் ஒரு ஒளி. விழிகளில் அத்தனை காருண்யத்தை அவள் பெரும்பாலும் இப்படிப்பட்ட தருணங்களில் சுமந்துகொண்டிருந்தாள். மற்ற நேரங்களில் ஆச்சரியங்களை எதிர்பார்ப்பவை போல, காணும் ஒவ்வொன்றையும் ஆச்சரியங்களாக்கிக் கொள்பவை போல அந்தக் கண்கள் மிதந்தபடியிருந்தன.

பூக்களைப் பறிக்கும் போதும் அவள் கண்கள் ஒளி சூடிக் கொண்டன. வலிக்காத ஒரு வருடலைப் பூக்கள் அவளுடைய தொடுசுகத்தில் உணர்ந்திருக்கக் கூடும். காகம் பறந்து போக இயல்பாகத் திரும்பிவந்து தண்ணீரில் கிடந்த தோல் சீவிய வாழைக்காயை நறுக்கத் தொடங்கினாள்.

“தெனமும் வருமா சித்தி..?”

“ஆமா... உப்புமா, இட்லி, தோசை இந்த மாதிரி விதவிதமா சாப்பிடப் பிடிக்கும். சர்ருன்னு பறந்து வந்து ஒக்காந்துகிட்டு மிடுக்காப் பாக்கும், நீ, எனக்குப் பாத்தியதைப்பட்டவ, செஞ்சுதான் ஆகணுங்கறமாதிரி. போட்டதை ஒரு துளி வீணாக்காம சாப்பிட்டுட்டு போயிடும்.”

“காக்கா மட்டுந்தானா..?”

“யாரு சொன்னா... சாயந்திரம் நாலு மணிக்கு மயிலார் வருவார். வந்து கிரில் கதவுல அலகால சத்தமெழுப்புவார். கம்போ, சோளமோ, தினையோ கால் கைப்பிடி தூவிவிடுவேன். சிறுதானியம் ஒடம்புக்கு ரொம்ப நல்லதுன்னு சொல்றாங்களேடி....” கண் சிமிட்டினாள். வானதிக்கு அவளைக் கட்டிக்கொள்ளவேண்டும் போலிருந்தது.

“அப்புறம் எப்பதான் சமைக்கக் கத்துக்கிட்ட?”

“மாமியார் கத்துக் குடுத்தாங்க. நுணுக்கமா எல்லாஞ் செய்யத் தெரியுது. புத்தகத்தைத் தொறந்தா அதுல கரைஞ்சு போயிடுற. ஈடுபாடு இல்லாட்டி எதையும் செய்ய முடியாதுல்ல. அதுதான் இங்க இடிக்குதுன்னு திடீர்ன்னு ஒருநாள் சொன்னாங்க பாரு.

அன்னிக்கு ரசம் வச்சிருந்தேன். எடுத்து ஒரு சொட்டு வாயில விட்டுக்கிட்டேன். ஒரே புளிப்பு. இன்னிக்கும் அந்தப் புளிப்பு என் நாக்குல இருக்கு... சட்டுன்னு சுதாரிச்சிக்கிட்டேன். என் மாமியார் கில்லாடி. பாத்த நொடி என்ன கொறைன்னு கண்டுபிடிச்சிடுவாங்க. விஷயஞானம் அதிகம். குரு பூரணத்துவம் நிறைஞ்சவரா இருக்கணும். அப்படி மட்டும் வாய்ச்சிட்டா அவர் அதை நமக்கு முழுமையா கடத்திவிட்டுடுவாருல்ல..."

"உன்னை மாதிரி யோசிக்க நான் அறிவாளியில்ல சித்தி."

"போடி கழுத... பேச்சப்பாரு..."

சித்தி செல்லமாகக் குட்டினாள்.

சித்தப்பா இல்லாத வீட்டில் சித்தி ஒற்றையாளாய் எங்கும் நிறைந்திருந்தாள். தெருவிலிருந்து கொல்லைவரைக்கும் முழுமையாக ஒளியோடிய வீடு அது. அவளின் இருப்பில் அது அவ்வாறு ஒளிர்ந்ததாக வானதிக்குப் பட்டது. முற்றத்தில் குழல்கம்பியிடுக்குகளின் வழியே கசிந்த வெயிலில் நீர்சொட்டும் கூந்தலை முதுகில் படரவிட்டபடி குறட்டிலமர்ந்து நீலபத்மநாபனின் பள்ளிகொண்டபுரத்தை வாசிக்கையில், புனத்தில் குஞ்சப்துல்லாவின் மீஸான் கற்களை வாசிக்கையில், மலர்வதியின் தூப்புக்காரிக்குக் கரிக்கும் நீரை கண்களில் தேக்கி அமர்ந்திருக்கையில் ஒளிப்பாறையைச் செதுக்கிச் செய்தது போலத்தான் எண்ணத் தோன்றும். சிலபேருக்கு மனமும், குணமும் அப்படி. இயற்கையாகவே அமைந்துவிட்ட வாகு அது.

"வந்து எங்ககூட கொஞ்சநாள் இருக்கலாமில்ல..."

அம்மாவின் புலம்பல்களுக்கு அளவேயில்லை.

"அடர்த்தியான செவப்பு நெறத்துல ஸ்டிக்கர் பொட்டு வச்சிக்குவா. அது எல்லாருக்கும் பொருந்தாது. ஏன் எனக்கே அது சகிக்காது. ஆனா அவளுக்கு அவ்ளோ பாந்தமாயிருக்கும். நல்லா பழுத்த மொளகா பழத்த நறுக்கி வச்சிக்கிட்டாப்ல.... இப்ப கறுப்புப் பொட்டுதான்."

குரல் அடைக்கும். பேசமுடியாது.

தெருப்பிள்ளைகள் அவ்வப்போது வருவதும், போவதுமாயிருந்தனர். பொடிசு, பொட்டாய், சிண்டு, சிமிழாய் நிறைய பிள்ளைகள். அத்தை, அத்தை என்று சித்தியைச் சூழ்ந்துகொண்டன. மாலையில் கூடம் முழுக்க கீச் கீச் குருவிகள் போல குழந்தைகள். சித்தி பாடம் சொல்லிக்கொடுத்தாள், தலை பின்னிவிட்டாள், கைநிறைய உப்புக்கடலையும் பொரியும் கொடுத்தாள். மடியில் வைத்துக் கொஞ்சினாள். சிம்மாசனம் போல மடி. அதில் பொருந்திப்போய்விட்ட குழந்தைகள். அவர்களிடம் அவள் பேசிக்கொண்டிருந்தபோது வியப்புக்குறியொன்று அவள் முகத்தில் நிரந்தரமாகக் குடிகொண்டிருந்ததாய் வானதிக்குத் தோன்றியது.

சித்தி ஏதேதோ மூட்டை கட்டி வைத்திருந்தாள். கிளம்பும்போதான ரகளை எப்போதும் உண்டு. அது சிறுபிராயத்திலிருந்தே வழக்கமான ஒன்றுதான். அழும்போது, "சித்தி வரணும், சித்தி வரணும்" என்ற வார்த்தைகள் அச்சிலிட்டவை போல சீரான இடைவெளியோடு வரும். சில நேரம் அம்மாவிடம் முதுகில் சாத்துப்படி வாங்கியதும் உண்டு. சித்தி கொஞ்சி, குலாவி சமாதானப்படுத்துவாள். வளர்ந்தபிறகு வார்த்தைகளில்லாத அழுகை அழக் கற்றுக்கொண்டாள்.

"மொதல் தடவையா தனியாப்போற. கௌம்பறச்ச அழுது, ஆர்ப்பாட்டம் பண்ணாத. வளந்த பிள்ளையா லச்சணமா வந்து சேரு..."

அம்மா ஆயிரம் தடவைகள் சொல்லி அனுப்பியிருந்தாள்.

பஸ்சிலேறும் வரை தாக்குப்பிடித்தால் போதும். பிற்பாடு முகத்தைத் திருப்பி வெளியே பார்ப்பதுபோல நின்றோ, அமர்ந்தோ கொண்டால் சவுகரியமாகிவிடும். சித்தி இன்னொரு பையைக் கொண்டுவந்து வைத்தாள்.

"இதுல மணத்துக்ளி வத்தலும், கொத்தவர வத்தலும் இருக்கு. ஒனக்கு ரொம்பப் பிடிச்சது."

குனிந்து வைத்தவளுடைய முதுகு குலுங்கியது.

“சித்தி...”

நிமிர்ந்தவளுடைய கண்கள் கொட்டின. அடக்கியதில் பீறிட்ட அழுகையை அவள் முந்தானை வைத்து நிறுத்தப்பார்த்தாள். தோள்பட்டைகள் ஏறி, இறங்க அவள் மாலை நேரத்துக் குழந்தைகளின் ஒட்டுமொத்த சாயலை முகத்தில் தேக்கியிருந்தாள். உள்ளிருந்த ஒன்றைக் கோடிட்டுக் காட்டியது போலிருந்தது. சித்தி பரிபூரணி.

★★★

ஒளி

பாதி இரவில் திடீரென விழிப்பு உண்டாகித் துழாவியபோது குட்டிம்மாவைக் காணவில்லை. காயத்ரிக்கு திடுக்கென்றிருந்தது. ஜன்னல் வழி கசிந்த இரவின் ஒளி கீறிவிட்டது போல் தரையில் விழுந்து கிடந்தது. இரவின் ஒளி... குட்டிம்மா அப்படித்தான் சொல்லும்.

“நைட் வெளிச்சம் எனக்கு பயமாயிருக்கும்மா...” என்று தன் மெலிந்த குரலால் முகமே வாயாக சொல்லும். நிலவின் ஒளி அன்றிலிருந்துச் அவர்களுக்கும் இரவின் ஒளியாகிப்போனது. ஜெகன் எழுந்தமர்ந்தான்.

“என்னாச்சு...?”

“குட்டிம்மாவக் காணும்.”

குரல் நடுங்கிற்று. ஒருநாள்கூட விட்டுப் பிரிந்ததில்லை. சின்னஞ்சிறு பொற்றாமரை மலர் போல் தண்ணென்ற குளிர்ச்சியோடு மார்பில் சரிந்து உறங்கும் குட்டிம்மாவின் ஸ்பரிசம் தூக்கத்தின்போது பாதுகாப்பு அவளுக்கு. அறைக்கதவு லேசாய்த் திறந்திருந்தது. ஜெகன் போய்ப் பார்த்துவிட்டு வந்தான்.

“அங்கபோய் பாட்டிக்கிட்ட படுத்தாச்சு.”

மெல்ல நெருங்கி அணைத்துக்கொண்டான். வெகுநாட்களுக்குப் பிறகான தொடுகையில் உடல் கிளர்ந்ததில் காயத்ரி அவனிடம் ஒண்டிக்கொண்டாள். குட்டிம்மா பிறந்தபிறகு, முழுக்க முழுக்க அவளுடனே பொழுது கழிந்தது. என்றாவது ஒருநாள் வேட்கை தணித்துக்கொள்ள வருபவனிடத்தில் குழந்தையின் சிணுங்கல் பரபரப்பை உண்டாக்கி நிகழ்வை சம்பிரதாயமாக்கிவிடும்.

“குட்டிம்மா முழிச்சிடப்போவுது.”

காயத்ரி தவிப்பாள். அவளின் தவிப்பில் ஜெகனின் பதட்டம் கூடி, சட்டென அறுந்துபோகும் இழைந்து கிடக்கும் அன்னியோன்யம். இன்று நல்ல வாய்ப்பாகிவிட்டிருந்தது. ஜெகன் ஆசுவாசமாக அவளை அணுகினான்.

“கதவு தொறந்திருக்கு...”

அவளின் முனகலில் எரிச்சலோடு எழுந்துபோய் தாழ்போட்டான். குட்டிம்மாவுக்கு பாட்டியின் அணைப்பு இதமாயிருந்தது. பஞ்சு போலிருந்த சுங்குடி புடைவையின் கதகதப்பு அதற்குப் பிடித்திருந்ததோ என்னவோ, கொத்தாய் அவள் புடவையைப் பற்றியபடி உறங்கிக்கொண்டிருந்தது. கற்பகம் அதைத் தன் மார்புக்குள் பொதிந்திருந்தாள். வெளுத்த விழிகளின் கருமணிகள் கண்களுக்குள் உருள உருள அது அசந்து உறங்கிற்று.

வெள்ளை இரவு உடையின் மேல் கருஞ்சிவப்பு நிற ஸ்வெட்டர் அதன் மெலிந்த உடலை இறுகப் பற்றியிருந்தது. கன்னங்களில் செம்பட்டை முடிக்கற்றைகள் அலையலையாய் வழிந்தோடின. படிய வாரி ரப்பர் பாண்ட் போட்டுவிட்டால் சிறிது நேரத்தில் உருவிவிட்டு முகத்தை அதற்குள் தொலைத்துக்கொள்ளும். தலைகொள்ளா முடி.

“ஏன் பாப்பூ....?” என்றால், உறுத்துவதாகக் கூறி பின்மண்டையைக் காட்டும். வெட்டி விடவும் காயத்ரிக்கு விருப்பமில்லை. முகத்தின் மென்சோர்வை முடிக்கற்றைகள் மறைத்துவிடுவதாக அவள் நம்பினாள்.

“முடி வெட்டி விட்டா ஒடம்பு தேறும்னு எங்கம்மா சொல்லுவாங்க. அதனால நானும், எங்கண்ணனும் எப்பப் பார்த்தாலும் மொட்டைத்தலையில புதுசா முடி மொளைச்ச மாதிரியே இருப்போம். நீ புதுக்கதை சொல்ற...”

ஜெகன் சொல்லி அலுத்துவிட்டான். காயத்ரி ஏற்றுக்கொள்ள வில்லை.

பின்னந்தலை மயிரில் விரல்களை நுழைத்து லேசாய் இறுக்கும் போது குட்டிம்மா கண்கள் சொருக, அந்த சுகத்தில் லயித்துப்போகும். ஒருநாளைக்கு நான்கைந்து தடவைகளாவது அதைச் செய்துவிடுவாள். மெல்லிசான கை, கால்களுக்கு ஆயில் மசாஜ் செய்தபிறகு முடி மசாஜ் நடக்கும்.

“நல்லாக்கும்மா...”

மேலிமையின் நீள்முடிகள் படபடக்க குட்டிம்மா சொல்லும். குறைப்பிரசவத்தில் ஏழாம் மாதமே பிறந்துவிட்ட குட்டிம்மாவை, பறவை தன் இறகுகளுக்குள் பொத்திப் பொத்திப் பாதுகாப்பது போலதான் காயத்ரியும் ஜெகனும் பார்த்துக்கொண்டனர். தாமரை இதழ் போன்ற இளஞ்சிவப்பு நிறத்தில் கை, கால்களை நெளித்துக் கிடந்த குட்டிம்மா இருவரது பெரும் திரட்சியான கனவைக் கலைத்து அவர்களை மெல்லதிர்வுக்கு உண்டாக்கிற்று.

“இன்னும் ரெண்டுமாசம் பொறுத்து பொறந்திருந்தா நல்லாயிருந்திருக்கும்.”

காயத்ரியின் அம்மா அடிக்கடி சொல்லி கண்களைத் துடைத்துக்கொள்வாள்.

குட்டிம்மா கற்பகத்தின் மார்பில் மூக்கைத் தேய்த்துக்கொண்டது. கற்பகம் விழித்துக்கொண்டாள். தன் மார்பில் பொதிந்திருந்த குட்டிம்மாவை அலுங்காமல் மேலே தூக்கிப் போட்டுக் கொண்டாள். ஒரு ஆழ மூச்செடுத்து அது தூக்கத்தைத் தொடர்ந்தது.

தாய்மை லட்ச தீபங்களை ஏற்றி வைத்தது போன்ற பிரகாசத்தைத் தந்திருந்தது. பெண் குழந்தைதான் என்று கற்பகம் அடித்துச்

சொல்லிவிட்டாள். அழுத்தமான தங்க வளையல் ஒரு ஜதை வளைகாப்பின்போது வலிக்காமல் போட்டுவிட்டாள். கறுப்புப் பட்டுப்புடவையில் ரோஜாப்பூ மாலையும் நெற்றி நிறைந்த குங்குமமும் ஜொலிக்க மேடான வயிறு பற்றி எதற்கோ சிரித்தவளுக்கு, பனிக்குடம் உடைந்திருந்தது. ஏழாம் மாதம் வளைகாப்பு. ஏழாம் மாதம் பிள்ளைப் பிறப்பு.

எதிர்பாராமல் கையிலிருந்து நழுவிய பீங்கான் ஜாடி போல எல்லோருடைய கனவுகளும் சுக்கல்நூறாக உடைந்து போயின. பஞ்சு பொதி போன்ற குழந்தையின் விரித்த கால் விரல்கள் மெல்ல அசைந்ததில் ஜெகனும் காயத்ரியும் ஆனந்தம் கொண்டனர். மண்டையோட்டில் ஒட்டிப் படிந்திருந்த மயிற்பீலியையொத்த முடிக்கற்றையை வருடத் துடித்த விரல்களைக் கட்டுப்படுத்திக்கொள்ள ஜெகன் பிரயாசைப்பட்டான்.

குட்டிம்மா கற்பகத்தின் இடுப்பிலிருந்தது.

“பாத்தி, இதென்னா..?”

சமையல் மேடையிலிருந்த அந்தச் சிறு சட்டியைக் காண்பித்தது.

“அது நேத்திக்கு வச்ச கொழம்புடா. அதை நல்லா சுண்ட வச்சு சுண்டக்கொழம்பாக்கிட்டேன்.”

கற்பகம் பால் பொங்கி வர அடுப்பை நிறுத்தினாள். தம்ளரில் சர்க்கரை போட்டு பாலை நுரைக்க ஊற்றினாள்.

“குட்டிம்மாவுக்கு தொந்தா பசிக்கும்ல... இப்படி ஒக்காந்துக்கோ. பால் ஆத்தித் தர்றேன்.”

கைப்பொறுக்கும் சூடு பதத்துக்கு ஆற்றி சிப்பரில் நிரப்பி குட்டிம்மாவிடம் நீட்டினாள்.

“பல் தேய்ச்சு விட்டியாம்மா...?”

நெட்டி முறித்தவாறே வந்து நின்ற ஜெகன் கேட்டான்.

“பெச் பண்ணித்தனே...”

குட்டிம்மா மணைப்பலகையில் குந்துகால் வைத்து அமர்ந்து தலையாட்டியது. கண்களை மறைத்த முடியை இரு பக்கத்திலிருந்தும் ஒரு விரற்கடை எடுத்து பின் உச்சியில் ஹேர்பின் குத்திவிட்டிருந்தாள் கற்பகம். நெற்றியில் துணுக்குச்சுடராய் திலக வடிவ சிங்கார் சாந்து. வித்தியாசமாக இருந்தது.

“காலையிலேயே அலங்காரம் நடந்திருக்கா...”

காயத்ரி நிலையருகில் நின்று கேட்டாள். குட்டிம்மா சிப்பரைவிட்டு வாயை எடுக்கவில்லை. மூன்று வயதுக் குழந்தையின் முகத்தில் மென்படலமாய் படர்ந்திருக்கும் சோர்வு அவளுள் கலக்கத்தை உண்டாக்கிவிடும். அதிலிருந்து மீண்டு வெளியே வர சில நிமிடங்களாகும்.

கொல்லையில் காலை நேரத்துப் பறவைகளின் ஒலி கேட்டு குட்டிம்மா ஆச்சர்யப்பட்டது. சென்னையில் புறாக்கள் குனுகும் ஓசை கேட்டுப்பழகியதற்கு டாச், டாச், சிவிக், சிவிக் சத்தங்கள் பெரும் வியப்பைத் தந்தன. கொல்லைப்படிக்கட்டில் கற்பகத்தின் மடியிலமர்ந்து கால்களை ஆட்டிக்கொண்டே ரசித்தது.

கற்பகம் மடிக்குழியில் பெருஞ்செல்வத்தைப் புதைத்ததுபோல பாந்தமாய் அமர்ந்திருந்தாள். பக்கத்துவீட்டு லீலாவிடம் குட்டிம்மாவைக் காட்டவேண்டுமென்று அவளுக்கு ஆசை. ஏதோ வேலையாக கொல்லைப்புறம் வந்த லீலாவைப் பார்த்துவிட்டவள் எழுந்து நின்றாள். நன்றாகத் தெரியும்படி குட்டிம்மாவை இடுப்பிலிருந்து சற்று நகர்த்திக் காண்பித்தாள்.

லீலாவின் கண்கள் விரிந்தன. அங்கிருந்தபடியே இரண்டு கைகளாலும் வழித்து நெற்றியில் சொடக்கிட்டுக் கொண்டாள். கற்பகத்துக்கு உள்ளூர பொங்கிற்று. பொட்டென்று துளிர்த்த இரண்டு துளிகள் மெல்ல கன்னத்தில் சரிந்தன. லீலா தலையாட்டி சமாதானப்படுத்திவிட்டு நகர்ந்து போனாள்.

“உக்காரு பாத்தி...”

குட்டிம்மா அவளைப் படியில் அமர்த்திப் பொதிந்து கொண்டது. யானைக்காது கல்வாழை இலை அசைவுக்கு கண்கள் விரிந்தன.

"இள்ளோ பெரிய லீஃப்..."

இரண்டு கைகளையும் அகல விரித்துக் குதூகலித்தது. மூன்று வருடங்களில் இங்கு வருவது இதுவே முதல்முறை.

"ஓட்டுவீடு பனி இறங்கும். குட்டிம்மாவுக்கு ஒத்துக்காது" என்பாள் காயத்ரி.

"முற்றம் வழியா வெயில் காய்ச்சி எடுக்கும். ஆசு, ஊசுன்னு ஆகிப்போயிடும்" என்பாள்.

ஆக ஒவ்வொரு முறையும் உள்ளெழும் ஆசையைத் தணித்துக் கொள்ள கற்பகம் ரயில் பிடிக்க வேண்டிவந்தது.

"ஒத்தையாளா எதுக்குத் தனியா கெடந்து கஷ்டப்படணும். பேசாம இங்க வந்து பேத்தியோட இருந்துட வேண்டியதுதானே."

காயத்ரி சொல்வாள். ஜெகன் எதுவும் சொல்லமாட்டான். அம்மாவின் மனசு அவனுக்குப் புரியும். இரண்டு புடவைகளும் பிபி மாத்திரைகளும் போதும் அவளுக்கு. தின்பண்டங்கள் செய்து மூட்டை கட்ட ஆசைதான்.

"குட்டிம்மாவுக்கு செரிக்காது. உங்க பிள்ளையும், நானும் டயட்ல இருக்கோம். பிறகெதுக்கு" என்றுவிடுவாள் மருமகள்.

நார்த்தங்குருவியொன்று பறந்து வந்து துணி துவைக்கும் கல்லில் அமர்ந்தது.

"அச்சச்சோ... க்யூட் பேர்ட்..."

குட்டிம்மா இரண்டு கைவிரல்களையும் சேர்த்துக் குவித்து, தலையைக் குனிந்து சொன்னது. குருவி வெடுக் வெடுக்கென அப்படியும், இப்படியுமாகத் திரும்பி மிளகு கண்களால் உறுத்தபோது அதன் இதழ்கள், குவிவதும் விரிவதுமாயிருந்தன.

"அப்பா, ச்சீக்கிரம் வா. குவ்வி போயிதும்."

அவசரமாய் உள்நோக்கிக் குரல் கொடுத்தது. கற்பகம் அதன் நெஞ்சில் கை வைத்துத் தன்னோடு அணைத்துக்கொண்டாள். மெலிந்த உடலின் சின்னஞ்சிறு இதயம் விரல்களில் அதிர்ந்தது. லப்- டப் பெரிது, பெரிதாய் விஸ்வரூபமெடுத்துக்

காதுகளை அறைய, அக்குளில் கைகொடுத்துத் தூக்கி அமர்த்திவிட்டு அவசரமாக முந்தானையில் முகத்தை அழுந்த துடைத்துக்கொண்டாள்.

“நா அங்க போய் பாக்கவா பாத்தி...?”

குட்டிம்மா சன்னமாகக் கேட்டுவிட்டு வெள்ளி அன்னவெட்டி போலிருந்த பாதங்களைப் படியில் பதித்து மெல்ல இறங்கியது.

“ஆளுங்க பக்கத்துல போனா அது பறந்துடும்டா...”

“ப்ளீச் பாத்தி...”

திரும்பி அவளைப் பார்த்து,

மூக்கு சுருக்கி கண்களால் கெஞ்சிற்று.

“சரி போ...”

கற்பகம் மெல்லக் கையூன்றி எழுந்தாள். கால்கள் மரத்து விட்டிருந்தன. நிதானத்துக்கு வர சில வினாடிகள் பிடித்தன. சில்லிட்ட தரையில் கால்களை அழுந்த ஊன்றி குட்டிம்மா மெதுவாக அருகில் செல்ல, குருவி விர்ரெனப் பறந்து போனது.

“போச்சு பாத்தி...”

கண்ணிமைகள் தாழ்ந்திருந்தன. மேலுதடு சோக வளைவு காட்டியது. காயத்ரி பதறி ஓடிவந்தாள்.

“தரையில வெறுங்காலோட நடக்கக்கூடாதுன்னு சொல்லியிருக்கேன்ல.”

கோபமாய்க் கேட்டுவிட்டு வெடுக்கெனத் தூக்கிக்கொண்டாள்.

“ஸ்லிப்பர் போடாம வெளில வரக்கூடாதுன்னு எத்தனைவாட்டி சொல்லியிருக்கேன்.”

“நாந்தாம்மா எறக்கிவிட்டேன். தினமும் கூட்டுற எடந்தான். பயமொண்ணுமில்ல.”

“தரை சில்லுன்னு இருக்கு. இதுல நடந்தா குட்டிம்மாவுக்கு சளிபிடிச்சிக்கும்.”

காயத்ரி, குட்டிம்மாவோடு உள்ளே போனாள். செம்பருத்திப் பூக்கள் மலர்ந்திருந்த கொல்லையில் ஒரு சந்தோஷத்தைப் பறித்துப்போட்டதுபோல, துக்கம் கவிந்துகொண்டது. ஓலைப்பெட்டிக்குள் குலுங்கும் சோழிகளின் ஓசையைப்போல குட்டிம்மாவின் பேச்சு. அது நின்றுபோனதில் குருவிகள் சத்தமும் நின்றுபோனது.

காயத்ரி கைப்பொறுக்கும் சூட்டில் வெந்நீர் விளாவி குட்டிம்மாவின் மேல் ஊற்றினாள். துளி எண்ணெய் விட்டு உருவி விட்டதுபோல பூந்தேகம் பளபளத்தது. வெளிர்மஞ்சள் நிறத்தில் தேன்குழல் போல கைகளும், இளம் வாழைத்தண்டுகள் போல கால்களும். நெஞ்சுக்கூட்டின் வரிகள் அழுத்தமாய்ப் பதிந்து உள்ளெழும் உணர்வை சுண்டிப் பார்த்தன.

காயத்ரி அதைக் கவனியாததுபோல சோப்பைக் குழைத்துத் தேய்த்தாள். ஜெகன் உடம்பை உறுத்தாத டவலோடு நின்றிருந்தான். குளிக்க வைத்ததும் கணநேரமும் தாமதிக்காது உடனே டவலுக்குள் குட்டிம்மாவைப் பொதிந்து விடவேண்டும். இல்லாவிட்டால் காயத்ரிக்கு டென்ஷன் ஏறிவிடும். குட்டிம்மா தண்ணீரில் நகர்ந்து ஓடிய காற்றுக்குமிழிகளை ரசித்துக் கொண்டிருந்தது. அவ்வப்போது–

“இம்மா...”

என்று காயத்ரியைக் கையமர்த்திவிட்டு உட்கார்ந்து குமிழிகளை விரலால் உடைப்பதும் எழுவதுமாயிருந்தது. காயத்ரி பொறுமையிழந்தாள்.

“போதும்டா பாப்பூ... தண்ணியில ரொம்ப நேரம் நின்னா ஒடம்புக்கு ஒத்துக்காது.”

“ஆ...”

குட்டிம்மா இறுக்கிய ரப்பர்பேண்டை உருவபார்த்தது. அண்ணாந்து பார்த்த விழிகள் சுவரில் கட்டியிருந்த குளவிக் கூட்டைப் பார்த்ததும் அதன்மேல் உறைந்தன.

“அது என்னம்மா..?”

முகத்தைத் திருப்பாமலே கைகாட்டிக் கேட்டதைக் காயத்ரி அப்போதுதான் கவனித்தாள்.

“அது கொளவிக்கூடும்மா...”

சொன்னவனை காயத்ரி முறைத்தாள்.

“அதை மொதல்ல ஒடைச்சு எறிங்க. கொளவிக் கொட்டினா குட்டிம்மா தாங்கமாட்டா.”

“கொளவி கூடு கட்டுனா வீட்டுல விசேஷம் நடக்கும்னு சொல்லுவாங்க. அதை உடைக்கவேணாம்.”

கற்பகம் அடுக்களைக்குள்ளிருந்து பதட்டமாகச் சொன்னாள். சின்ன உயிருக்கான வரவாக, ஒரு அடையாளச் சின்னமாக அவளுக்குத் தோன்றியதில் அதை தினந்தினம் பார்த்துக் கும்பிட்டுக்கொண்டிருந்தாள்.

பெரியவனின் பத்து வருட காத்திருப்பிற்கு ஒரு நியாயம் கிடைக்கப்போவதாக அவள் தீர்க்கமாக நம்பியிருந்தாள். இதோ, அதோவென்று நாட்கள் தள்ளிப்போய் வருடங்கள் உருண்டோடி ஏக்கத்தின் கண்ணிகள் இணைந்து நீள்சங்கிலியாகிவிட்டிருந்தது.

இப்போதும் ஒவ்வொரு மாதமும் எதிர்பார்ப்பு கொக்கிபோட்டு இழுக்கத்தான் செய்கிறது. காக்கரட்டைப்பூவை கிள்ளியவாறே வேலிக்கு அந்தப்புறமிருந்து லீலா செய்யும் சமாதானங்களில் மனம் வசமாகி விடுவதும் மூங்கில் முள் குத்த நகர்ந்து வந்தவுடனேயே விழுந்த மனது எழுச்சிகொண்டு விழிவிளிம்புகளில் நீர்த்தேக்கங்களை உருவாக்குவதும் வாடிக்கையாகிவிட்டிருந்தது.

“நடக்குமா, நடக்காதான்னு கவலைப்படாத. நடக்கும்னு திடமா நம்புக்கா. அப்பதான் நடக்கும்” என்பாள் லீலா.

இருபது வருடங்கள் கழித்துப் பிள்ளை பெற்றவர்களைக் கைகாட்டிவிடுவாள். தினமும் பேசும்போது ஒருவராவது கிடைத்துவிடுவார்கள். சொந்தத்திலோ, ஊரின் ஏதோ ஒரு தெருவிலோ அவர்களை இனம் கண்டுகொள்ளமுடியும். மனதில் அவர்கள் முகம் பளிச்சிடத் தொடங்கும்போது கண்களில்

இரு மின்னல் தெறிப்புகள் ஒளிர்விடும்.

தினமும் பெரியவன் அழைக்கும்போது ஆவலுடன் நல்ல சேதி எதிர்பார்த்து எடுப்பவள், அவனின் இயல்பான விசாரிப்புகளில் சுருங்கிப்போவாள். குளவிக்கூடு விதைநெல் போல ஒரு நம்பிக்கையை ஆழப் புதைத்து வைத்திருந்தது.

“கொளவி கூடு கட்டியிருக்குடி. கொளவி கூடு கட்டுனா வீட்டுல யாராவது உண்டாவாங்கன்னு சொல்றதுண்டு. நீ சொன்னமாதிரியே நேர்மறையா நெனைக்க ஆரம்பிச்சேன். நல்லதா ஒரு சம்பவம் நடந்திருக்கு. பாப்போம்.”

லீலாவிடம் சொல்லி நெஞ்சில் கைவைத்துக்கொண்டாள். தினமும் காலை எழுந்ததும் முற்றத்தின் பக்கவாட்டுச் சுவரில் இருந்த குளவிக்கூட்டைக் கையெடுத்துக் கும்பிடுவது வழக்கமாகிவிட்டிருந்தது. பெரியவனிடம் சொல்லவில்லை. மருமகளுக்கும் தெரியக்கூடாது என்று வைத்திருந்தாள். சொன்னால் விரக்தியில் சிரிப்பாள். வைத்தியம் ஏதேதோ செய்து ஓய்ந்துபோய்விட்டவள். அவளிடம் சொல்லி அவள் ஏதாவது சொல்லும் பட்சத்தில் மனசு சுணங்கிப்போய்விடும். ரகசியத்தைக் காப்பாற்றுவது பெரும்பாடாயிருந்தது.

பகல் பொழுதுகளில் சமையல் முடித்த கையோடு கொல்லைக் காற்றுக்குச் சிறிது கண்ணசருவாள். அப்போது குளவிக்கூட்டுக்கு நேரெதிரே உடலைக் கிடத்திக்கொள்வாள். தூங்கி விழித்ததும் அதையே பார்த்தபடி படுத்துக்கிடப்பாள்.

காயத்ரி, ஜெகனைச் சட்டை செய்யாது துணிமணிகளை மூட்டை கட்டிக்கொண்டிருந்தாள்.

“இந்தச் சின்ன விஷயத்துக்கு நீ இவ்ளோ பிடிவாதம் பிடிக்கக் கூடாது. கொளவிக்கூடு சாதாரண விஷயம். அதுக்குப் பயந்து ஊருக்குக் கிளம்பறது பைத்தியக்காரத்தனமா தோணலையா..?”

“கொளவி கொட்டினா எப்படி வலிக்கும் தெரியுமா... சின்ன வயசுல எனக்குக் கொட்டியிருக்கு. நான் வலியில துடிச்சு அழுதிருக்கேன். நல்லா இருந்த எனக்கே தாங்கமுடியல. குட்டிம்மாவுக்கு...”

மேற்கொண்டு சொல்லமுடியவில்லை. கண்கள் மினுங்கிற்று.

“பத்துநாள் தங்கப்போறதா அம்மாட்ட சொல்லியிருக்கோம். இப்ப மூணுநாள்ல கிளம்பறேன்னா அவங்க வருத்தப்படுவாங்க.”

குரலை அடக்கிப் பேச சிரமமாயிருந்தது.

“அப்படின்னா கூட்டை ரிமூவ் பண்ணுங்க.”

“அது அவங்க சென்ட்டிமெண்ட்டைப் பாதிக்கும். உனக்குப் புரியலையா..?”

ஜெகன் பொறுமையிழந்து கண்களை மூடிக்கொண்டான்.

பொம்மைகளை வைத்து விளையாடிக்கொண்டிருந்த குட்டிம்மா அவர்களை விநோதமாகப் பார்த்தது. குழந்தைக்கு எதிரில் விவாதம் கூடாது என்ற முடிவுக்கு அந்நியப்பட்டு நின்றிருந்தவர்களை நெற்றி சுருக்கி ஆவெனப் பார்த்தது. பின் மெல்ல எழுந்து,

“நான் பாத்தித போதேன்” என்று உயர நிலைப்படியில் அமர்ந்து கால்களை மெல்ல அந்தப்புறம் ஊன்றி எழுந்து போனது.

“லன்ச் முடிச்சிட்டுக் கெளம்பறோம் ஜெகன். அம்மாட்ட சொல்லிடுங்க.”

ஜெகன் ஒரு கையை இடுப்பிலும் இன்னொரு கையைத் தலையிலும் வைத்துப் பெருமூச்சுவிட்டான்.

“பூர்வீக வீட்ட கொழந்த பாத்ததேயில்ல. நாலு தாவாரமும் விளையாட ஆளில்லாம வெறிச்சோடிக் கெடக்கு.”

கற்பகம் சிரித்தபடிதான் சொல்லுவாள். அதிலொரு ஏக்கம் படர்ந்திருக்கும்.

கொல்லை சற்றே பெரிது. கடைசியிலிருக்கும் மூங்கில் குற்றிலிருந்து காய்ந்த இலைகள் உதிர்ந்து தரை தெரியாமல் மூடிக்கிடக்கும். கொல்லையைக் கூட்டிப் பெருக்க வாரம் ஒருமுறை சிவனாயி வருவாள். வரும்போது அவள் பேத்தியும் உடன்வரும். கறுப்பு உளுந்தில் எண்ணெய் தடவிவிட்டது போல

மினுமினுப்பேறிய தேகம். புறங்கைகள் மெத்மெத்தென்றிருக்கும். துளித்துளியாய் இரண்டு ஜடைகளிட்டு ரிப்பனால் மடித்துக் கட்டியிருக்கும்.

“சாப்டியாடி குட்டி...?” என்றால்

“எண்டு இத்திலி தின்னேன்” என்று வாழைப்பூ போன்றிருக்கும் விரல்களைக் காட்டும். கற்பகத்துக்கு அதைப் பார்க்கையில் அடிவயிற்றில் சொரேரென்று ஓர் உணர்வு எழும். குட்டிம்மாவும், அதுவும் அடுத்தடுத்த வாரத்தில் பிறந்தவர்கள்.

சிவனாயி கொல்லையை மும்முரமாகப் பெருக்கும்போது பொடிசு வெகு பிரயத்தனப்பட்டு தும்பைப்பூக்களை சேகரித்துக் கொண்டிருக்கும். பறித்து ஃப்ராக்கில் பத்திரப்படுத்திக்கொண்டு வந்து உரிக்காமட்டைகளில் கிடக்கும் கொட்டாங்குச்சி எடுத்து கவனமாய் அதில் சேகரிக்கும். சிறிதுநேரத்தில் அந்த விளையாட்டு அலுத்துப்போய் பட்டாம்பூச்சி பிடிக்க அதன் பின்னால் ஓடும். கற்பகம் அவ்வப்போது கொல்லைப்புறம் எட்டிப்பார்ப்பாள். தன்னையும் மீறியதொரு ஏக்க உணர்வு பிரதிபலிக்காவண்ணம் இயல்புக்குச் சற்றும் பொருத்தமில்லாது முகத்தை வைத்துக்கொள்ள முனைவாள்.

“ஒங்க பேத்திய கண்ணுல காட்ட மாட்டேங்குறீங்க...”

சிவனாயி வரட் வரட்டென்று இழுத்துக்கொண்டே ஒருமுறை சொன்னாள். ஓரோர் சமயம் வராதிருப்பதே நல்லதென்று படும்.

“ரெண்டு வயசுவரைக்கும் தாய்ப்பாலு குடிச்சி வளந்த புள்ள. வாய் வைக்காமலே பீச்சிக்கிட்டு அடிக்கும் பாருங்க. அதனால வயித்துக்கு வஞ்சனையில்லாம முளுக்க முளுக்க அதையே குடிச்சி வளந்துச்சி.”

வெற்றிலைபாக்கு போடும்போதே கதைகளோடும். சுமாராக சுரந்தபோதும் ஒவ்வாமையாகிவிட ஆரம்பத்தி லிருந்தே குட்டிம்மாவுக்கு புட்டிப்பாலே சாசுவதமாகிப் போனது.

குட்டிம்மா மடிக் கதகதப்பில் கிறங்கிப்போய்க்கிடந்தது. மெலிந்த குழந்தைகளைவிட கொழுகொழுவென்றிருக்கும் முயல்குட்டிகளைக் கண்டால் கண்கள் இஷ்டமாய் அவர்கள் பின்னே அலையும். கற்பகம் அப்படியொரு சிசுவைக் கற்பனையில் நிறுத்தியிருந்தாள். கருநீலத்தில் தாழம்பூ கரையிட்ட பட்டுப்பாவாடை கட்டிவிட்டு, ஜடை பின்னி, ஆபரணங்களைப் பூட்டி கண்ணாடி முன் நிற்க வைத்து அழகு பார்த்துப் பார்த்துக் களைத்தே போனாள் கற்பனையில். வெகுநாட்களுக்கான அந்த ஏக்கம் ஜெகனால் தணியப்போவதையெண்ணி மனம் பூரித்துப்போனது. இருந்தும் வீணையின் தந்தியைச் சுண்டிவிட்டாற்போல் மனம் மெல்லதிர்வுக்கு அவ்வப்போது ஆட்பட்டது. பெரியவனின் ஏக்கம் படர்ந்த கண்கள் அடிக்கடி நினைவில் வந்ததை அவளால் தவிர்க்க முடியவில்லை.

“அதப்பத்தி நெனைக்காத. சந்தோஷமா இருக்க வேண்டிய நேரத்துல சந்தோஷமா இருந்துடு. ஒண்ணு பின்னாடி ஒண்ணு வந்து சேரும். யாரு கண்டா...”

லீலாவுக்குக் கைகூடிய பேச்சு... நீல சங்கு வேலியெங்கும் இங்க் தெளித்ததுபோல பூத்துக்கிடந்தது. கற்பகத்தின் கண்கள் விரிந்தன.

“பொண்ணு பொறக்கணும்னு நெனச்சிக்கிட்டேயிருக்கப்போறேன். எல்லாம் நீ சொல்லிக் குடுத்ததுதான்.”

அசட்டுத்தனமாகச் சிரித்தாள்.

குட்டிம்மா, கற்பகத்தின் மோவாயைப் பிடித்திழுத்தது.

“பாட்டி டூ பாத்தூம் போணும்.”

மெல்ல மடியிலிருந்து இறங்கியது. குரல் கேட்டு காயத்ரி பிளாஸ்டிக் கழிப்பானோடு வந்தாள். குட்டிம்மா தளர்வாய் நடந்து அதில் அமர்ந்துகொண்டது.

“இங்க வய்க்குது.”

மெல்ல அடிவயிற்றைத் தொட்டுக் காட்டியது.

“சரியாப் போயிடும்.”

காயத்ரி முதுகு தடவிக் கொடுத்தாள். ஜெகன் போன் பேசுவதுபோல் அறைக்குள்ளே இருந்துகொண்டான். குட்டிம்மா முக்கத் தொடங்கியது. முகத்தில் பூத்தன்மை மறைந்து கல்தன்மை உறைந்திருந்தது. நெற்றியில் அரும்புகள் மினுக்கத் தொடங்கின. ஆரம்பக்கட்டம் இது. நேரம் செல்ல செல்ல முதுகுச் சட்டை தெப்பமாக நனைந்துவிடும். மூக்குநுனியிலும் காதுமடல்களிலும் ரோஜாப்பூக்கள் மலர்ந்துவிடும்.

“அம்மா, அந்த சாமி போத்தோ எத்து வந்துக்கியா..?”

முன்புறம் தலையைச் சாய்த்து அமர்ந்திருந்த குட்டிம்மா நிமிர்ந்து பார்த்துக் கேட்டது. காயத்ரி பைக்குள்ளிருந்து தேடியெடுத்து வந்தாள்.

“அன்னிக்கு இந்த போத்தோவ நெஞ்சில வச்சு வேண்திக்கித்தேன் பாத்தி. ஒதனே வந்துச்சு” சோர்வான கண்களோடு கற்பகத்தைப் பார்த்துச் சொல்லிவிட்டு போட்டோவை நெஞ்சில் பதித்துக் கண்களை மூடிக்கொண்டது.

இமைகள் படபடத்தன. கற்பகம் கந்தசஷ்டிக்கவசம் சொல்ல ஆரம்பித்தாள். ஒருநாள் விட்டு ஒருநாள் நடக்கும் இந்தக் கூத்துக்கு மனசு அலமலந்து போய்விடும். காயத்ரி முற்றக் குறட்டிலமர்ந்து நவகிரக ஸ்தோத்ரம் முணுமுணுத்துக்கொண்டிருந்தாள். உச்சக்கட்டத்தின் இறுதிப்புள்ளியை நோக்கிய பயணத்தில் மனம் இங்கு பேரவஸ்தையை உணர்ந்தது. சின்னஞ்சிறு உடலின் இம்சையை அதன் முகபாவத்தில் புரிந்துகொள்ள முடிந்தபோது தெய்வமே என்றிருந்தது கற்பகத்துக்கு.

“ஹம்ம்...”

குட்டிம்மா அழுத்தி முக்கிற்று. குனிந்த தலை லேசாக அசைந்தது. நெஞ்சில் அணைத்து வைத்திருந்த போட்டோவை எடுத்து நெற்றியில் வைத்து மறுபடியும் குனிந்து ஒருமுறை முக்கியது.

“ஆ...”

மெல்ல நிமிர்ந்து காயத்ரியைப் பார்த்துக் கண்களைச் சுருக்கிக்

கொண்டது. மேலுதடு விரிந்து சற்றுத் தூக்கினாற்போல் எழும்பிற்று.

“இப்ப வந்துடும் பாரு...” அவள் அவசரமாகச் சொன்னாள். குட்டிம்மா சட்டென எழுந்து நின்றது.

“ஏன்டா..?”

கற்பகம் கேட்க, தலையாட்டி மறுபடி அமர்ந்தது. சற்றுநேரம் தரையில் ஊர்ந்த எறும்பைப் பார்த்தபடி அமைதியாயிருந்துவிட்டு மீண்டும் முக்க ஆரம்பித்தது. பலஹீனமான முக்கல். முதுகு மேலேறி கீழிறங்கியது. சட்டென தலையைத் திருப்பி இருவரையும் மாறி மாறிப் பார்த்தது. பின் அப்படியே ஒருபக்கமாய் சாய்ந்து வலதுகால் சுண்டுவிரலைச் சொறிந்தது.

“ஆ... எம்பு கச்சிச்சி...” கற்பகம் லேசாக வருடிக்கொடுத்தாள்.

“ஐயோ... கூச்சுது பாத்தி...”

மெதுவாகச் சிரித்தது. கண்களில் நீர்ப்படலம் விரிந்திருந்தது.

“அந்தக் குச்சி எக்கு வச்சிக்க பாத்தி..?” எரவாணத்தில் சொருகியிருந்த கம்பைப் பார்த்து திடீரெனக் கேட்டது.

“அது தாத்தாவோட கம்புடா. தாத்தா அதை ஊனிக்கிட்டுதான் நடப்பாங்க. அவங்க ஞாபகமா வச்சிருக்கேன்.”

குட்டிம்மா இடவலமாக தலையசைத்தது. பின் போட்டோவைக் காயத்ரியிடம் நீட்டியது.

“நீ வச்சிக்கம்மா.”

எக்கி தந்துவிட்டு ஃப்ராக்கிலிருந்த பூக்களை ஆள்காட்டி விரலால் நிரடியது. அடங்கியிருந்த வலி திடீரென்று கிளம்ப கைவிரல்களை மடக்கி விழிபிதுங்கிவிடுமளவுக்கு முக்கி இறுதிப் பிரயாசையாக ஆட்டாம் புழுக்கைகள் போல் மலத்தை வெளித்தள்ளிற்று. கழுத்து நரம்புகள் புடைக்க அழுத்தி முக்கியதில் அப்படியே தளர்ந்து அமர்ந்தது. இரண்டு நிமிடங்களுக்குப் பிறகு கற்பகம் குட்டிம்மாவைத் தூக்கி முற்றத்தில் அமர்த்தி கால் கழுவி விட்டு அப்படியே வாரிக்கொண்டாள்.

“போயிட்டாளா...?” ஜெகன் கதவுக்கு அருகிலிருந்து கேட்டான்.

“ஆச்சுப்பா...”

காயத்ரி கழிப்பானோடு கொல்லைப்புறம் போனாள். ஜெகன் மெல்ல அருகில் வந்தமர்ந்தான்.

“வந்து மெத்தையில படுத்துக்கடா செல்லம்.”

“பாத்தி மதியில பத்துக்கறேன்.”

சொல்லிவிட்டு அவள் மார்பில் தலையை அழுத்தி இப்படியும் அப்படியுமாக அசைத்துச் சிரித்தது. முகத்தில் மலர்ந்திருந்த ரோஜாக்கள் மறைந்துவிட்டிருந்தன. ஜெகன் எழுந்து போனான்.

“உக்கு மட்டும் பெச்சா இக்குப் பாத்தி.”

இரண்டு கைகளாலும் மார்பகங்களைப் பிடித்து விளையாடியது.

குழந்தையைப் போல இரண்டையும் மூக்கால் உரசியது. கால்கள் மடியைத் தாண்டி நீண்டிருந்தன. வரப்போகும் இரு தினங்களுக்கான நிம்மதியை முழுவதுமாக சுவீகரித்துக் கொண்டுவிட்டதுபோல கண்கள் பிரகாசித்தன. சட்டென இடுப்பை நகர்த்தி ஒருக்களித்துப் படுத்து முந்தானையை இழுத்து முக்காடிட்டுக் கொண்டது.

“கிச்சு... கிச்சு... கிச்சு...”

மார்புகளுக்கு மத்தியில் நடுவிரல், ஆள்காட்டி விரலை ஓடவிட்டு கிச்சுக் கிச்சு மூட்டியது. உடனே முக்காட்டை விலக்கி,

“இங்க வய்க்குது பாத்தி” என்று பின்புறத்தைத் தொட்டுக் காட்டியது.

“இப்ப சரியாயிடும் பாரேன்...”

கற்பகம் மெல்ல வருடிக்கொடுத்தாள். வெடுக்கென எழுந்தமர்ந்து,

“ஒதனே சரியாப்போகாது பாத்தி. ஒம்ப நேரம் கச்சிதான் சரியாகும்.”

குட்டி விரல்களைக் குவித்துத் தலையாட்டிச் சொல்லிவிட்டுத்

திரும்பவும் படுத்துக்கொண்டது. சற்றுநேரம் அமைதியாகக் கிடந்து அப்படியே உறங்கிப்போனது.

இரவு உணவு தயாரித்துக் கொண்டிருந்த கற்பகம் முற்றத்துப் பக்கம் பார்வையைத் திருப்பவில்லை. வெறுமையான சுவரில் இருள் படர்ந்திருந்தது. குட்டிம்மா இடியாப்பத்தை விரும்பிச் சாப்பிடுவதாக காயத்ரி சொன்னதன்பேரில் இரவு உணவு இடியாப்பம் என்றாகிப்போனது. கொதித்த நீரூற்றிப் பிசைந்த மாவை அச்சிலிட்டுப் பிழிந்ததை நிலைப்படியிலமர்ந்து குட்டிம்மா கண்கள் விரியப் பார்த்தது. எதொன்றும் அதிசயமாகி விட்டிருந்த அதன் உலகம் நிரம்பத் தொடங்கியிருந்தது.

இரவில் முற்றத்து வழியே தெரியும் நிலவு தலைநீட்டி நின்றிருந்த தென்னையோலைகளில் மறைவதும் காற்றின் தூளியாட்டத்தில் ஓலைகளை விலக்கி வெளிப்படுவதுமாகக் காட்டிய விளையாட்டில் ஆரம்பித்தது அதிசயத்தின் எண்ணிக்கை. குட்டிம்மா எழுந்து வந்து கற்பகத்தின் கழுத்தைக் கட்டிக் கொண்டது. கைகளிரண்டும் அனிச்சையாக ரவிக்கைக்குள் நுழைந்து மார்புகளை அழுத்தின. உதடுகள் விரிந்து கன்னங்கள் குழிந்தன. கண்கள் பரவச நிலையில் ஒளிர்ந்தன. இரு விரல்களால் மார்க்காம்புகளைத் திருகிவிட்டு திரும்பவும் அழுத்தி விளையாடியது.

“ஸோ சாஃப்த்... பாத்திக்குத்தி...”

கன்னத்தோடு கன்னம் இழைத்து முத்தம் தந்தது. சில்லிட்ட விரல்கள் ஊர்ந்ததில் மார்புகள் சிலிர்த்தன. தாய்மையின் குழைவுகளிரண்டும் சுரந்துவிடத் தயாரானதுபோல் இறுகின. கற்பகம் மாவுக்கையால் குட்டிம்மாவை இழுத்து அணைத்துக்கொண்டாள்.

“ஒண்ணு பின்னாடி ஒண்ணு வந்துடப்போவுது...”

லீலா உள்ளிருந்து சொல்லிக்கொண்டிருந்தாள்.

★★★

அருவாச்சாமி

ஆங்கில 'U' எழுத்தைத் தலைகீழாக நிறுத்தி வைத்தது போலிருந்தது அந்தக் கோவில். சிறு மாடம் போன்ற அமைப்பு. மஞ்சள் வர்ணம் பூசப்பட்டிருந்தது.

அதன் நடு மையத்தில் அருவாச்சாமி பளபளப்போடு குத்தி நின்றிருந்தது. மூக்கில் எலுமிச்சம் பழம் அழுத்திச் செருகப் பட்டிருந்தது. நடுமையத்தில் விபூதிப்பட்டை, அதன் நடுவில் குங்குமத் தீற்றல்...

வளைவான தலைப்பகுதியில் ஒரு முழக் கதம்ப மாலை தொங்கிக்கொண்டிருந்தது. கீழே ஒரு சூட தட்டு. சூடம் எரிந்த இடம் கறுப்பேறிக்கிடக்க, ஓரத்தில் விபூதி அரைவெள்ளையில் சிதறிக்கிடந்தது.

கோவில் வாசலில் அலமேலு தண்ணீர் தெளித்துக் கன்னாபின்னாவென்று இழைகள் இழுத்துக் கோலமிட்டிருந்தாள். கோவிலைக் கடந்து செல்லும் எவரும் ஒருநிமிடம் நின்று கும்பிடாமல் போகமாட்டார்கள்.

அடி நசுங்கிய பித்தளைக் குட உண்டியல் நிறமிழந்து சில்லறைக்காகக் காத்துக் கிடந்தது. எப்போதாவது வரும் சில்லறைகள் அதன் வயிற்றை நிரப்பப் படாத பாடுபட்டன.

மயிலாப்பூர் சாயிபாபா கோவிலை அடுத்த சந்தில் வரிசையாக பத்து, பதினைந்து குடிசை வீடுகள். கடந்து செல்லும் வாகனப்புழுதியில் குடிசைகளின் சுவர்கள் கெட்டிப்பட்டு ஸ்திரமாகியிருந்தன.

அடிக்கடி மேலே விரையும் விமானங்களைக் காக்கைகள் பறப்பதுபோல் சட்டை செய்வதில்லை அந்தக் குடிசை ஜனங்கள். கதவு எண் 5/53 ஏ யிலிருந்து ஜெகா வெளியே வந்தான். அப்போதுதான் குளித்திருந்தான். காவி வேஷ்டியும், மார்பில் பட்டை திருநீறும் அணிந்திருந்தான்.

நெற்றியில் பெரிய குங்குமப்பொட்டு, வெற்றிலை மென்று கரையேறிய பற்கள் ஜெகாவுக்கு ஓர் அடையாளத்தைத் தந்திருந்தன. யாரும் அவனைப் பெயர் சொல்லி அழைப்பதில்லை. சாமி என்று பயபக்தியோடுதான் விளிப்பர்.

ஜெகா அந்தச் சிறிய சாலையில் நடந்து சந்தின் மறுகோடிக்கு வந்தான். அலமேலு கொடுத்த நீர் டீ குடித்து வாயெல்லாம் கசந்தது. பால் கால், தண்ணீர் முக்கால் விகித நீர் டீயில் சர்க்கரைக்கு எப்போதுமே பஞ்சம்தான்.

“ஓம்மாமனா சக்கர ஆல வச்சிருக்கான். ரேசன்ல போடுற சக்கர பத்து நாளைக்கிக் காண மாட்டேங்குது. பெருசா பேசுறியே...” என்று அலுத்து கொள்பவள்,

“மாசத்துக்கு முப்பது நாளுன்னு யாருய்யா வகுத்தது... பாஞ்சு நாளுன்னு வச்சிருக்ககூடாது” என்று எப்போதாவது தத்துவம் பேசுவாள்.

ஜெகா சந்தின் வலது கோடியிலிருந்த அருவாச்சாமி கோவிலுக்கு வந்தான். தட்டில் யாரோ இரண்டு வாழைக்காய்களை வைத்துவிட்டு சென்றிருந்தனர். இரண்டும் கச்சை காய்களாய் இருந்தன. பழுக்குமா என்பது சந்தேகமே.

இரண்டையும் தரையில் வைத்து மேலே இரு ஊதுபத்திகளைச் சொருகிவிட்டான். இரண்டும் கொள்ளித்தலைகளோடு வளைவுக் கோடுகளாய் புகையைக் கசியவிட்டன. காற்றில் சந்தன வாசத்தின் கலப்பு சுவாசிக்க சுகமாகத்தானிருந்தது.

'நிஜ சந்தனமோ, வேதிப்பொருட்களின் கூட்டோ... யார் கண்டது. எப்படியிருந்தாலும் கூவத்தின் வீச்சத்துக்கு இது இதம்தான்' என்று ஜெகாவுக்குத் தோன்றிற்று.

ஜெகா தோளில் கிடந்த துண்டை உருவித் தரையைத் தூசு தட்டி அமர்ந்தான். கோவிலையொட்டிய சிறிய சிமெண்ட் திட்டு அவன் அமருமிடம். அங்கே அமர்ந்து வேடிக்கை பார்ப்பதும் சாமி கும்பிட வருபவர்களுக்கு சூடத்தைக் காட்டி, விபூதி வழங்குவதும் தட்டில் விழும் சில்லறைகளை எண்ணி இடுப்பில் முடிவதும் அவனுடைய வேலை. அவனுடைய அப்பா வீராச்சாமி பார்த்த வேலையைக் கடந்த பத்து வருடங்களாக அவன் பார்த்துக் கொண்டிருக்கிறான்.

வீராச்சாமி சொந்த ஊரில் பிழைக்க வழிதெரியாமல் சென்னை வந்தவர். ஆரம்பத்தில் ஏதேதோ செய்து வயிற்றுப்பாட்டை பார்த்து வந்தவருக்கு திடீரென்று உதித்த யோசனைதான் இந்த அருவாச்சாமி கோவில். அதற்கு அவர் மிகப்பெரிய வியாக்கியானம் வைப்பார்.

"எங்கூரு கருப்பு எங்கனவுல வந்து, நான் உங்கூட்டு அருவாள்ல வந்து எறங்கியிருக்கேன்டா, மொறப்படி எனக்கு கோயிலக் கட்டி பூச பண்ணு, நான் இந்த ஊரக் காப்பாத்துறேன்னு சொல்லுச்சி. சரின்னு என் வசதிக்கு தகுந்தாப்ல கோயிலக் கட்டிப்புட்டேன்" என்று போவோர், வருவோரிடமெல்லாம் சொல்லிக்கொண்டிருப்பார்.

பொதுவழியில் ஒரு சிறு ஆக்ரமிப்புதான் அந்தக் கோவில். கோவிலைப் பொது வழியில் கட்டியதற்காக யாரும் சண்டைக்கு வரவில்லை. போலீஸ் கூட தொப்பி கழற்றி நின்று கும்பிட்டதே தவிர கேள்வி கேட்கவில்லை.

கருப்பு என்றால் எல்லோருக்கும் பயம். அரிவாளில் கருப்பு இறங்கியிருப்பதாக ஒருமுறை வீராச்சாமி சாமியாடியபடியே கூற, எல்லோருக்கும் அதன்மேல் ஒரு பக்தி. அந்த வழியாகப் போகும்போது கும்பிட்டு, கன்னத்தில் போட்டுக்கொண்டு, தட்டிலோ, உண்டியலிலோ சில்லறைகளைப் போட்டுவிட்டுச் செல்வார்கள்.

வீராச்சாமி விபூதி அள்ளி அவர்கள் நெற்றியில் அனாயாசமாக பட்டை இழுத்து விடுவார்.

"நீ போற காரியம் சித்தியடையும். கருப்பு சொல்லிருச்சி. தைரியமா போ..." என்ற வார்த்தைகளையும் சொல்லத் தவறமாட்டார். சிலருக்கு அதுவே பெரிய பலம். காரண காரியமின்றிச் செல்லும் ஒரு சிலருக்கு வீராச்சாமியின் வாக்கு சந்தேகத்தைக் கிளப்பும்.

கருப்புக்கு பயந்துபோய் கம்மென்று செல்வர். ஜெகாவும் ஒருவேலை விட்டு வைக்கவில்லை. பத்தாவது பெயிலானவன் மூட்டை தூக்கி, வாடகை ஆட்டோ ஓட்டி, கூரியர் சர்வீஸில் பார்சல் சுமந்து, மளிகைக்கடையில் பொட்டலம் கட்டி ஏதேதோ செய்துவிட்டான். களவு மட்டும்தான் கற்று மறக்கவில்லை.

திருமணமாகும்வரை வந்த காசை வைத்து அபிராமி மாலில் சினிமா பார்த்து, குப்பண்ணாவில் பிரியாணி தின்று ஓரளவு உல்லாசமாகத்தானிருந்தான். அலமேலு வந்து, உடனேயே நண்டு, சிண்டாய் இரண்டு பிள்ளைகளும் பிறந்தபிறகு தடுமாற்றம் உண்டானது.

சம்பாதிக்கும் காசு போதவில்லை. ஆனால் வீரச்சாமியிடம் தட்டுப்பாடின்றிச் சில்லறை புழங்கியது. எல்லாம் அருவாச்சாமியின் அருள்.

"பொண்ணுக்கு கலியாணம் வச்சிருக்கேன். மொத பத்திரிகை சாமிக்குதான்" என்று தட்டில் பத்திரிகை வைத்து நூறு ரூபாய் நோட்டையும் அதன்மேல் வைத்து வீராச்சாமியிடம் கொடுத்து கோவிலின்முன் நமஸ்கரிப்பார்கள்.

"புள்ளக்கி கலியாணமாம். ஒனக்குதான் மொத பத்திரிகை வச்சிருக்காரு. நீ கலியாணத்த நல்லபடியா நடத்திக் குடு. புள்ள சந்தோசமா வாழணுமுன்னு ஆசீர்வாதம் பண்ணு" என்று வீராச்சாமி தட்டை கையில் வைத்தபடியே சக நண்பனிடம் பேசுவதுபோல் அருவாச்சாமியிடம் பேசுவார். சாமி கும்பிட வந்தவருக்கு மேனி சிலிர்க்கும்.

“கருப்பு ஓங்ககிட்ட பேசுமா சாமி...?” என்று ஒருமுறை ஒருவர் கேட்டபோது வீராச்சாமி சுவாதீனமாய் தலையசைத்துவிட்டுச் சொன்னார்.

“பொளுதுக்கும் நானும், அதுவுந்தான் பேசிக்கிட்டு கெடக்கோம். பொளுது போவணுமில்ல...”

“கருப்பு எங்ககிட்ட பேசுமா சாமி?”

கூட வந்திருந்தவன் குத்தலாகக் கேட்டான்.

“அது... அது எப்புடி பேசும்... ஒரு தீட்டு, தொடக்கு ஆவாது அதுக்கு. சுத்த, பத்தமா இருக்கணும். மனசாலயும், ஒடம்பாலயும் சுத்தமாயிருக்கணும் தம்பி. வெளையாட்டுல்ல இது. ஒன்னால முடியுமா... ஆனா நான் அப்புடித்தான் இருக்கேன். அதனாலதான் அதும் பக்கத்துல நின்னு பேசிக்கிட்டிருக்கேன். என்னா கேள்வி கேட்டுப்புட்ட...”

“மன்னிச்சிக்குங்க சாமி. சின்னப்பய, தெரியாம பேசிப்புட்டான். மனசுல வச்சிக்காதீங்க...”

வந்திருந்தவர் அந்தக் குசும்புக்காரனை இழுத்துக் கொண்டு நகர்ந்தபிறகே வீராச்சாமி நிம்மதிப் பெருமூச்சுவிட்டார். வீராச்சாமி இருந்தவரை கோவிலில் வரும்படி நன்றாகவே இருந்தது.

அவர் உடம்பு முடியாமல் படுத்துக்கொண்டபிறகு ஜெகா கோவில் பொறுப்பைக் கையிலெடுத்துக் கொண்டான். ஆரம்பத்தில் அவனுக்கும் நல்ல வரும்படிதான். உட்கார்ந்த இடத்திலேயே நாலு காசு பார்க்க முடிந்ததில் அவனுக்கு ஏக சந்தோஷம். நாள் முழுக்க உழைத்தும் கிடைக்காத வருமானம் ஒரு வேலையும் செய்யாமல் பத்து தடவை சூடம் சுற்றியதில் கிடைத்தது.

தட்டிலும் உண்டியலிலுமாக விழுந்த காசுகள் அவனுடைய இல்லறத் தேவைகளைத் தாராளமாய் பூர்த்தி செய்தன. அப்படி செழிப்பாய் இருந்த வேளையில்தான் சாமிக்கு பேர் வைக்கவேண்டுமென்கிற எண்ணம் அவனுள் உருவானது.

அதற்குமுன் வரை அது வெறும் சாமிதான். அருவாச்சாமி என்கிற பெயரைத் தேர்ந்தெடுக்க அவன் அதிகம் சிரமப்படவில்லை. அரிவாளில் சாமி இறங்கியிருக்கிறது. அப்படித்தானே வீராச்சாமி சொல்லிவைத்திருக்கிறார். அதனால் அது அருவாச்சாமி.

“இம்புட்டு நாளும் எனக்கே தோணாத யோசன ஒனக்குத் தோணியிருக்கு. நல்ல விசயந்தான். நம்ம காளிகிட்ட சொன்னா வந்து எளுதி வச்சிட்டுப் போயிருவான். அஞ்சோ, பத்தோ குடுத்துரலாம். நாளைக்கி மொத வேலையா அவன வரச்சொல்லு.”

படுக்கையில் கிடந்த வீராச்சாமி சொல்லவும் ஜெகா ஏகமனதாய் தலையசைத்தான். பின், “நாளைக்கி நெறஞ்ச அமாவாச. நாளைக்கே அவன வரச் சொல்லிடுறேன்” என்றான்.

பெயிண்டர் காளி மறுநாளே பெயிண்ட் டின், பிரஷ் சகிதம் வந்து சேர்ந்தான்.

“ரத்தச் செவப்புல பேர எளுதிடுறன்பா. கருப்புன்னா பயம், ரத்தம்னாலும் பயந்தான். சரியா...?” கேட்டான்.

“என்னவோ செய்யி... ஆனா பேரு பளிச்சின்னு தெரியணும். அம்புட்டுதான்.”

“செஞ்சிரலாம். நீ பேசுனபடி நூறு ரூவா குடுத்துடணும்.”

காளி பீடியைப் பற்றவைத்துக்கொண்டு குத்துகாலிட்டு அமர்ந்து வேலையில் மும்முரமாக, ஜெகாவுக்குத் தூக்கம் வந்தது. ஒரு டீ அடித்தால் தேவலாமென்று தோன்ற, “இதோ வந்துடுறன்...” என்றபடி எழுந்து தெருமுனை டீக்கடை நோக்கி நடந்தான். அவன் எழுதித்தந்த துண்டுச் சீட்டைத் தரையில் வைத்துப் பார்த்து, அருவாச்சா வரை எழுதிவிட்ட காளி திடீரென்று மா... என்று வெகு அருகாமையில் கேட்ட சத்தத்தில் திடுக்கிட்டுப்போனான்.

கறுத்த எருமைமாடு ஒன்று பெரிதாய் கத்திவிட்டு தட்.....என்று கோவிலின்முன் வட்டமாய் சாணமிட்டுவிட்டு அசட்டையாய் நகர்ந்து போனது. குறைந்தது ஆறு வரட்டிகளாவது

தட்டிவிடலாம். அவ்வளவு சாணம்.

பார்த்ததும் காளிக்குக் கைகள் பரபரத்தன. அவன் மனைவி பழவந்தாங்கலில் வீட்டின் பின்பக்கச் சுவரில் வட்ட வட்டமாய் வரட்டி தட்டிக் காய வைத்திருப்பாள். எலக்ட்ரிக் ட்ரெயினில் செல்பவர்கள் அதை ஆச்சர்யத்துடன் பார்த்தபடி செல்வார்கள்.

ஒரு வரட்டி ஆறு ரூபாய். வரட்டியை வாங்குவதற்காக டிப்- டாப் ஆசாமிகள் வருவார்கள். பேரம் பேசாமல் வாங்கிக்கொண்டு போவார்கள். காளி, சாணியைப் பார்த்தான். ஒரு பிளாஸ்டிக் கவர் கிடைத்தால் அதை அள்ளிக்கொண்டு போய்விடலாம் என்று தோன்றியது. அதே யோசனையுடன் அருவாச்சா....க்கு பக்கத்தில் 'ணி' போட்டான்.

டீ குடித்துவிட்டு காளிக்கும் ஒன்று வாங்கிக்கொண்டு வந்த ஜெகா கோவிலருகே வந்ததும் அப்படியே நின்றுவிட்டான்.

"இன்னாபா... அசந்துட்டியா... இதெல்லாம் எனக்கு சகஜம்பா... என் கையெளுத்து நல்லாயிருக்கும்னு எங்கம்மா அடிக்கடி சொல்லிக்கினே இருக்கும். அதவச்சே பொளச்சிக்குவேன்னு எங்க நைனா சொல்லுவாரு. அது உண்மையாயிடுச்சி பாத்தியா..." காளி சலசலத்தான்.

"நிறுத்துடா... மொதல்ல நீ என்னா எளுதியிருக்கேன்னு படிச்சிப் பாரு" ஜெகா கோபத்தோடு காட்ட, பார்த்தவன் அலறிவிட்டான்.

"அ...ரு...வா...ச்...சா...ணி.... ஐயய்யோ... சாரிபா... தப்பா எளுதிட்டேன்."

அவசரமாய் பிரஷ் எடுத்து 'ணி' யை அழித்துவிட்டு 'மி' போட்டான்.

"கருப்புக்கு எம்மேல கோவம் வந்துருக்குமாபா...?"

பயத்தோடு கேட்டான். அவன் முகம் வெளிறிப்போயிருந்தது.

"தெரியாம செஞ்சதுக்கெல்லாம் கருப்பு கோவப்படாது. இருந்தாலும் பத்து ரூவா உண்டியல்ல போட்டுடு. பரிகாரம் மாதிரி ஆயிரும்."

"சரிபா..." என்றவன் பிரஷைக் கீழே வைத்துவிட்டுக் கன்னத்தில் போட்டுக்கொண்டான்.

பிடி விபூதி அள்ளி நெற்றியில் பூசிக்கொண்டான். கருப்பு என்றால் எல்லோருக்கும் அப்படியொரு பயம். ஆனால், வர வர கோவிலுக்கு வரும் கூட்டம் குறைந்துபோனது. அதே ஏரியாவில் செல்லாண்டியம்மன், விருபாச்சியம்மன், வரசித்தி பிள்ளையார், மாப்பிள்ளை விநாயகர் என்று ஏகப்பட்ட சாமிக்கள் முளைத்ததுதான் காரணம்.

"பேசாம கோயில இழுத்து மூடிட்டு வேலைக்கிப் போற வழியப் பாருய்யா. எத்தினிநாளுதான் அரவயிறும், காவயிறுமா கெடக்குறது..." என்று அலமேலு நச்சரிக்க ஆரம்பித்தாள். ஜெகா அசைந்துகொடுக்கவில்லை. பல வருடங்களாக உட்கார்ந்தே பழகிவிட்டவனுக்கு உடம்பு வளைந்து வேலை செய்ய பயம்.

"இனிமே என்னால வேலைக்கெல்லாம் போவமுடியாது. கோயில்ல என்னா வருமானம் வருதோ அதவச்சிதான் குடும்பத்த நடத்தணும். இஸ்டம்னா இரு. இல்லீன்னா ஒங்கப்பன் வூட்டுக்கு மூட்டைய கட்டு" என்றான் அழுத்தமாக. அலமேலுக்கு எரிச்சல் பற்றிக்கொண்டு வந்தது.

"சொல்றத கேளுய்யா. ரெண்டு புள்ள பெத்து வச்சிருக்கோம். நாளைக்கி அதுங்களுக்கு ஒரு நல்லது செய்யணும்னா நாலு காசு வேணாமா... இந்தக் கோயிலே கதின்னு கெடந்தா காசு எங்கேயிருந்து வரும்?" கோபத்தை அடக்கித் தணிவாகக் கேட்டாள்.

"வரும்புடி வந்தப்ப கருப்பு, கருப்புன்னு உருகுன நீ இன்னிக்கி அத எடுத்தெறிஞ்சு பேசுற. நல்லாயிருக்குடி ஒன் நியாயம்."

"இதுலேருந்தே ஒனக்குப் புரியலியா... காசு இருந்தாத்தான் சாமிக்கே மதிப்பு. இல்லீன்னா அது வெறும் கல்லும், உலோகமும்தான். நான் சொல்றத கேளு. பேசாம ஊரப்பாக்க போயிரலாம். அங்க போனா ஏதாவது ஒரு வேல செஞ்சி பொளச்சிக்கலாம். இம்மாம் பெரிய பட்டணத்துல குந்தித் திங்க முடியுமா சொல்லு" அலமேலு இறங்கிவந்து இறைஞ்ச,

ஜெகா அழுத்தமாய்த் தலையசைத்தான்.

“இருவது வருசமா இந்தூர்ல இருந்து பளகிட்டேன். இனிமே என்னால எங்கியும் போவமுடியாது. அத மாதிரி வேலைக்கிப் போவறதும் நடக்காத காரியம். தொண தொணன்னு பேசாம அந்தாண்ட போ” ஜெகா எரிந்து விழ, அலமேலு ஆற்றாமையுடன் நகர்ந்தாள்.

இண்டிகா காரில் திணித்துக்கொண்டு வந்திருந்த அந்த ஏழு பேரும் கோவில்முன் உதிர்ந்தனர். ஜெகா பார்த்துக் கொண்டிருக்கும்போதே துரிதகதியில் கட்டைப்பைகளிலிருந்து தேங்காய், பூ, பழம் இத்தியாதிகளை அள்ளி, கொண்டு வந்திருந்த தட்டுகளில் நிரப்பினர்.

“நாங்க செங்குன்றத்துலேருந்து வர்றோம். போனவருசம் கருப்பு சாமி கோவிலுக்கு வந்து பூச செஞ்சிட்டு போனநேரம் எங்க பொண்ணுக்குக் கொழந்த உண்டாயிருச்சி. பத்து வருசமா ஒரு புள்ளைக்காக தவங்கெடந்து கருப்புசாமி கண்ணத் தொறந்து பாத்ததுமே அது நெறவேறிடுச்சி. போனமாசம் வெள்ளிக்கெழம, மக நச்சத்திரத்துல பொம்பளப்புள்ள பொறந்துச்சி. சொகப்பிரசவந்தான். அதான் சாமிக்கு நன்றி செலுத்திட்டுப் போவலாமுன்னு வந்தோம்.”

அந்தக் கனத்த சரீரப் பெண்மணி மூச்சிரைத்தபடியே கூறி முடித்தாள். ஆளுக்கொரு தட்டெடுத்து சாமி முன் வைத்தனர். ஒரு பெரிய எவர்சில்வர் தூக்கை ஒருவர் பவ்யமாக ஜெகாவிடம் கொடுத்தார்.

“இதுல பொங்கலு இருக்கு. சாமிக்குப் படைச்சிருங்க.”

ஜெகாவுக்கு உள்ளூர ஏக குஷி. அதை வெளிக்காட்டாது தூக்கை வாங்கிக் கீழே வைத்தான். அடுத்த அரைமணிநேரமும் அந்த இடமே ஏக அமர்க்களமாயிருந்தது.

சாமிக்கு பூஜை செய்து, வீராச்சாமி சொல்லிக்கொடுத்திருந்த சில மந்திரங்களை வந்திருந்தவர்கள் காதுபட உரக்கச் சொல்லி, நைவேத்தியம் முடித்து, அர்ச்சனை செய்து, கற்பூரம் காட்டி, மணியடித்து நிமிர்ந்த ஜெகா சாமி வந்தவன்போல் பற்களைக்

கடித்து, கண்களை இறுக மூடியபடியே விபூதியை அள்ளி அள்ளி எல்லோருடைய கையிலும் போட்டான். உடம்பு மெலிதாய் நடுங்கிக்கொண்டேயிருந்தது.

"பூசாரி மேல சாமி வந்து எறங்கியிருக்கு. அதான் இப்புடி இறுக்கமா இருக்காரு."

ஒருவன் இன்னொருவன் காதில் கிசுகிசுத்தது ஜெகாவுக்குக் கேட்டது. உடன் குதிகால்களை உயர்த்தி, உடம்பை முறுக்கி, தலையை இடவலமாக அசைத்து அதை ஊர்ஜிதப்படுத்தினான்.

இதெல்லாம் அவனுக்குக் கைவந்த கலை. பத்து வருடத்தில் இதுகூட செய்ய வரவில்லையென்றால் அவன் என்ன பெரிய பூசாரி. இரு நிமிடங்களுக்குப் பிறகு மெல்ல அவன் நிதானம் வந்தவன்போல் கண்விழிக்க, வந்திருந்தவர்கள் பயபக்தியுடன் கரம்கூப்பி நின்றிருந்தனர்.

"அப்ப நாங்க உத்தரவு வாங்கிக்கிறோம்" ஒரு பெரிசு வாய் பொத்திச் சொன்னது.

"சந்தோசமா போயிட்டு வாங்க. உங்க காணிக்கைய கருப்பு ஏத்துக்கிடுச்சி. அதுக்கு அறிகுறியா அஞ்சு நிமிசம் எம்மேல அது எறங்கியிருந்தத நீங்க பாத்திருப்பீங்களே..."

"பாத்துப் புல்லரிச்சிப் போயிட்டோம். இதுதான் எங்களுக்கு வேணும்" என்றவன் தட்டில் ஐம்பது ரூபாய்த்தாளை வைக்க, ஒவ்வொருவராய் ஐம்பதும், நூறும் வைத்துவிட்டு அகன்றனர்.

அலமேலுவை வரவழைத்த ஜெகா பெருமையாய் எல்லாம் காண்பித்தான்.

"இந்தத் தூக்குல பொங்கலு இருக்கு. மத்தியான சாப்பாட்டுக்காவும். தூக்கு ஒனக்குதான். வச்சிக்கச் சொல்லிக் குடுத்துட்டு போயிட்டாங்க..." என்ற ஜெகா, ரூபாய் நோட்டுக்களை அவளெதிரே நீட்டினான்.

"இதுல ஆயிரம் ரூவா இருக்கு. இந்த மாசச் செலவுக்காச்சி. வேலைக்கிப் போவச் சொல்லி உசிரெடுத்தியே. நிமிசமா ஆயிரம் ரூவா சம்பாரிச்சிட்டேன் பாத்தியா..."

பெருமையடித்துக் கொண்டான். அலமேலு அவனையே வெறித்துப் பார்த்தபடி நின்றிருந்தாள்.

திடீரென்று சிறு சிறு தூறலாக ஆரம்பித்த மழை அடுத்த அரைமணிநேரத்தில் கனத்து பொழியத் தொடங்கியது.

இப்போது விடும், அப்போது விடும் என்று எதிர்பார்த்து ஆங்காங்கே ஒதுங்கியிருந்த ஜனங்கள் நம்பிக்கையைக் கைவிட்டு சாலையில் ஆறுபோல் ஓடிக்கொண்டிருந்த நீரில் நனைந்தபடி பயணிக்கத் தொடங்கினர். நண்பன் வீட்டு விசேஷத்தில் கலந்துகொள்ள நொளம்பூர் சென்றிருந்த ஜெகாவை அலமேலு அலைபேசியில் அழைத்து விபரம் சொன்னாள்.

“பேய்மழ அடிக்கிது. தெருவெல்லாம் கணுக்கால் முட்டும் தண்ணி ஓடுது. நானும் புள்ளைங்களும் வூட்டவுட்டு வெளில வரல. கதவ சாத்திக்கிட்டு உள்ளயே அடஞ்சி கெடக்கோம். நீ பேசாம ராத்தங்கிட்டு நாளைக்கி காலையில வா...”

பதட்டமாய்ச் சொல்ல, ஜெகா சரி என்றான். மறுநாள் விடியற்காலையிலேயே கிளம்பிவிட்டவன் இரண்டு பேருந்து மாறி மயிலாப்பூர் வந்து சேர்ந்தபோது, பொழுது லேசாய் புலர்ந்திருந்தது. மழை பெய்ததற்கு அடையாளமாக சாலைகள் மினுமினுத்து நீண்டு கிடந்தன. ஓரங்களில் சிறு சிறு வட்டங்களாய் தண்ணீர் தேங்கல்கள். தேங்கிய தண்ணீர் இருட்டைப் பூசிக்கொண்டது போல் கறுத்துக் கிடந்தது.

காலை நேரத்திற்கே உரிய மெல்லிய இரைச்சலோடு ஊர் மந்தமான பரபரப்பிலிருக்க, ஜெகா சந்துக்குள் நுழைந்தான். பத்தடி நடந்து கோவிலருகே வந்தவன் திடுமென அதிர்ந்தான்.

கோவில் இடிந்து கிடந்தது. எப்போதும் உள்ளே தொங்கிக் கொண்டிருக்கும் விளக்கு அறுந்து கீழே விழுந்துகிடந்தது. அருவாச்சாமியையும் காணவில்லை.

“கடவுளே... சாமிய காணலியே... நான் என்னா பண்ணுவேன்.”

ஜெகா தலையிலடித்துக் கொண்டு அழ ஆரம்பித்தான். சத்தம்

கேட்டு குடிசைக்குள், நித்திரையிலிருந்த ஜனம் பதறியடித்து எழுந்தோடி வந்தது.

“இந்த அநியாயத்த பாத்தீங்களா...”

அவன் கோவிலைக் கைகாட்ட, பார்த்த ஜனம் பதறியது.

“அடக்கடவுளே! இதென்ன கொடும...”

“கோவிலு இடிஞ்சி கெடக்கே... ராத்திரி கனமழ பேஞ்சதுல பழைய கட்டடம் பெலமில்லாம இடிஞ்சிருச்சி போல...”

“உள்ள சாமியக்காணுமே. செல கடத்துறவன் எவனாவது கடத்திட்டு போயிருப்பானோ...”

“அதெல்லாம் கருப்புகிட்ட நடக்காது. திருடுனவன் ரத்த வாந்தி கக்கி சாவப்போறது நிச்சியம்.”

ஆளாளுக்குப் பேசிக்கொண்டார்கள். ஜெகா அப்படியே அமர்ந்து அழுதுகொண்டேயிருந்தான். ஒருவன் அவன் தோள்தட்டி சமாதானம் செய்தான்.

“சரியா பூச செய்யலீன்னா சாமிக்குக் கோவம் வந்து இருந்த எடத்துக்கே போயிரும். இப்புடித்தான் எங்கூர்லேயும் ஆச்சி...” என்று அந்த வழியே போன பால்பாக்கெட்காரன் புதிதாய் ஒன்றைச் சொன்னான்.

“மனச வுட்ராத ஜெகா. தைரியமா இரு. தெரியாம தப்பு செஞ்சிருந்தா மன்னிச்சிருன்னு கருப்புகிட்ட மானசீகமா மன்னிப்பு கேளு.”

சாமி என்று பவ்யமாய் கூப்பிட்டது போக ஜெகா என்று உரிமையாய் அழைத்தார்கள். ஜெகா குலுங்கிக் குலுங்கி அழுதான். வீட்டு வாசலிலிருந்து அலமேலு சகலமும் பார்த்துக் கொண்டிருந்தாள். மெல்லப் பார்வை விலகி கூவத்தருகே சென்றது.

★★★

ஐ.கிருத்திகா

திருவாரூர் மாவட்டம் திருப்பெருவேளூர் என்கின்ற மணக்கால் அய்யம்பேட்டை இவரது சொந்த ஊர். கடந்த 20 வருடங்களுக்கும் மேலாக சிறுகதைகள் எழுதி வருகிறார். இதுவரை நான்கு சிறுகதைத் தொகுப்புகள் வெளிவந்துள்ளன. தொடர்ந்து எழுதிக் கொண்டும் வாசித்துக்கொண்டும் இருக்க வேண்டும் என்பதே இவரது விருப்பம்.

www.ingramcontent.com/pod-product-compliance
Lightning Source LLC
LaVergne TN
LVHW060126051026
849517LV00007B/2422
* 9 7 8 9 3 9 5 5 1 1 6 6 7 *